हे जीवन सुंदर आहे...

२०१९ ते २०२१ या काळात लिहिलेल्या
'येस, लाइफ इज ब्यूटिफुल, बट...'
या निवडक ब्लॉग-लेखांचे संकलन

मंगेश चौधरी

He Jeewan Sundar Ahe…
© Mangesh Choudhary, 2024

हे जीवन सुंदर आहे…
© मंगेश चौधरी, २०२४

प्रथम आवृत्ती	:	फेब्रुवारी, २०२४
प्रकाशक	:	सकाळ मीडिया प्रा. लि.
		५९५, बुधवार पेठ,
		पुणे ४११ ००२
संपादन	:	ऐश्वर्या कुमठेकर
मुखपृष्ठ	:	शिवदास मोरे
मांडणी	:	यशोधन लोवलेकर
मुद्रणस्थळ	:	विकास प्रिंटिंग ॲण्ड कॅरिअर्स प्रा. लि.
		प्लॉट नं. ३२, एमआयडीसी, सातपूर, नाशिक
ISBN	:	978-81-970578-0-9
संपर्क	:	०२०-२४४० ५६७८ / ८८८८८ ४९०५०
		sakalprakashan@esakal.com

हितगुज

वाचनप्रेमी मित्रमैत्रिणींनो,

भ्रमण, भटकंती करीत गिरीशिखरे पाहण्याचा छंद मला १९८४पासून लागला. तत्पूर्वी देशी-विदेशी कलात्मक आणि लक्षवेधी चित्रपट प्रभात चित्रपट मंडळामार्फत पाहत होतो. दैनंदिनी लिहिणे सुरू होते. वृत्तपत्र-मासिक-साप्ताहिकात जमेल तसे लेखन करण्याचीदेखील आवड होती. हे सारे छंद आजही कमीजास्त प्रमाणात टिकून आहेत व खूप चांगली अनुभूती यामुळे मिळत आहे.

यातूनच २०१८पासून 'चारुदत्त' या नावाने दरमहा ब्लॉग लिहिण्यास सुरुवात केली. यात विविध विषय आले. त्यास प्रतिसाद किती मिळत गेला, याची मोजदाद न ठेवता आजपर्यंत माझे ब्लॉगलेखन सुरू ठेवले आहे.

'ई साहित्य प्रतिष्ठान' या स्वयंसेवी प्रकाशन संस्थेच्या वतीने २०१८मधील माझे निवडक लेख-साहित्य 'ई बुक'च्या माध्यमातून २०२२मध्ये प्रकाशित झाले आहे. आता २०१९ ते २०२१ या तीन वर्षांतील निवडक ब्लॉगलेखन तुम्हापुढे सादर करीत आहे. अर्थात हे लिखाण सर्वसामान्य हौशी व छंदिष्ट माणसाचे आहे, त्या दृष्टीने त्याचे वाचन व्हावे, ही तुम्हास प्रार्थना आहे.

हे पुस्तक परिपूर्ण करून तुमच्या हाती सोपविणारी प्रथितयश संस्था 'सकाळ प्रकाशन', त्यांचा परिवार आणि प्रकाशनपूर्व तयारीत प्रारंभीपासून मला साहाय्य करणारी माझी सुकन्या तन्वी, या साऱ्यांचा मी मनापासून ऋणी आहे.

सस्नेह,
मंगेश वि. चौधरी
मुंबई

अनुक्रमणिका

वाचनछंद – १

वाचनप्रेमींनो, सस्नेह नमस्कार,

मला नुकतीच, दोन चांगल्या आणि मोठ्या वाचनालयांना भेट देण्याची संधी योगायोगाने मिळाली. त्याविषयी मी वाचन-संवाद करत आहे.

सेंट्रल लायब्ररी – गोवा आणि सुरत

वास्तुशास्त्राचे शिक्षण घेणाऱ्या माझ्या मुलीने यंदा पदवी वर्षात एक प्रोजेक्ट केस स्टडीसाठी घेतला आहे. सर्व सखोल अभ्यास करून हा प्रोजेक्ट सादर करावा लागतो. त्याची तपासणी होऊन गुणांकन केले जाते. प्रत्येक विद्यार्थी त्याकरिता एक विषय निवडतो. हिने निवडलेला विषय आहे 'पब्लिक लायब्ररी' अर्थात सार्वजनिक वाचनालये. काही निवडक वाचनालयांना प्रत्यक्ष भेट देऊन हा प्रोजेक्ट तयार करावा लागतो.

तिने निवडलेली दोन वाचनालये महाराष्ट्राबाहेर होती. ती एकटीच असल्याने सोबतीला मला तिकडे जाणे आवश्यक होते. या दोन वाचनालयांत मी एक 'वाचक' म्हणून फेरफटका मारल्यावर त्यांचा परिचय तुम्हाला करून देत आहे.

कृष्णकांत शामा स्टेट सेंट्रल लायब्ररी, पट्टो-गोवा

निसर्गसुंदर गोवा राज्यात शिरताना प्रथम मांडवी नदीवरील मोठा पूल लागतो. तो पार केल्यावर राजधानी पणजीत आपण प्रवेश करतो. इथे उजव्या दिशेस असणाऱ्या मध्यवर्ती बसस्थानकाला लागून 'पट्टो' हे छोटेसे उपनगर आहे. मुंबईतील कफ परेडची ही नवीन आवृत्ती! टिपटॉप कॉर्पोरेट ऑफिसेस आणि भव्य प्रशस्त अशा सरकारी इमारती इथे उभ्या राहिल्या आहेत, आणि उभ्या राहत आहेत.

'पट्टो'मध्ये एक सुंदर इमारत आपले लक्ष वेधून घेते. तिचे नाव आहे 'संस्कृती भवन'. गोवा शासनाच्या कला व सांस्कृतिक संचालनालयाच्या आधिपत्याखाली वर्ष १८३२मध्ये (पोर्तुगीज काळात) गोवा स्टेट सेंट्रल लायब्ररीची स्थापना झाली आणि येथील नवीन इमारतींमध्ये तिचे २०१२मध्ये स्थलांतर झाले.

जवळपास बारा हजार चौरस मीटरच्या प्रांगणात कार्यरत असलेली ही भव्य व अद्ययावत इमारत 'कृष्णदास शामा गोवा स्टेट सेंट्रल लायब्ररी' म्हणून ओळखली जाते. सोळाव्या शतकातील कृष्णकांत शामा यांचे नाव कोकणी वाङ्मय क्षेत्रात प्रसिद्ध आहे. या सुप्रसिद्ध कोकणी साहित्यिकाने कोकणी भाषा-लिपीचा अभ्यास व प्रचार करून कोकणी भाषेचा गोडवा राज्याबाहेर नेला. त्यांची स्मृती म्हणून हे अद्ययावत वाचनालय आकाराला आले आहे.

उत्कृष्ट स्थापत्य कलेचा नमुना असलेल्या 'कृष्णदास शामा गोवा स्टेट लायब्ररी'चे प्रवेशद्वार प्रथमदर्शनीच आपल्याला प्रभावित करते. ही सुंदर इमारत आहे सहा मजल्यांची. सुमारे अडीच लाख ग्रंथ-पुस्तके व नियतकालिकांचा खजिना असलेल्या या समृद्ध वाचनालयात विशेष अध्यासन, दुर्मीळ ग्रंथ, संदर्भ कोश, इतिहास, पोर्तुगीज काळ यांसाठी स्वतंत्र विभाग आहे. अंध वाचक, लहान मुले, विद्यार्थी तसेच अभ्यासूंसाठी सुसज्ज दालने आहेत. पुस्तकांची देवाणघेवाणही आधुनिक तंत्राने होते.

येथे चर्चासत्र तसेच विशेष सादरीकरणाकरिता सुसज्ज असलेला कॉन्फरन्स हॉल आणि छोटे अभ्यास कक्ष आपले लक्ष वेधून घेतात. पुस्तके वर्षानुवर्षे टिकविण्यासाठी वाचनालयात वेगळा विभाग कार्यरत असून तिथे बाइंडिंग व डिजिटायझेशन ही कामे होतात.

सर्व पुस्तकांची चांगली काळजी घेताना अभ्यागत-वाचकांशी सौजन्यशील वागून मैत्रीचे हात पुढे करणारा इथला अधिकारी-कर्मचारी वर्ग मला भावला.

आपण जेव्हा गोव्यात फिरायला जाल, तेव्हा थोडासा वेळ काढून जरूर या कृष्णदास शामा गोवा स्टेट सेंट्रल लायब्ररीला भेट द्या.

• • •

कविवर्य नर्मद सेंट्रल लायब्ररी, सुरत, गुजरात

गुजरात राज्यातील सुरत हे ब्रिटिश काळापासून उद्योग नगरी म्हणून प्रसिद्ध असणारे वर्दळीचे शहर. साड्या, शालू, ड्रेस मटेरिअल्स यांची खरेदी करायची असेल, किंवा विविध पदार्थांच्या चवी चाखायच्या असतील, तर सुरत शहर तुमचे नक्की स्वागत करते. या शहरामध्ये पंधरा मिनिटांवर असणाऱ्या घोडदौड मार्गावर 'आठवा लाईन' पोलीस ठाणे आहे. त्याच्यासमोर कविवर्य नर्मद सेंट्रल लायब्ररीचे प्रशस्त प्राकार आपल्या नजरेस पडते.

आधुनिक रचनेची इमारत, ऐसपैस आवार आणि आरामदायी कक्ष ही 'कविवर्य नर्मद सेंट्रल लायब्ररी'ची प्रमुख वैशिष्ट्ये. या ठिकाणी विद्यार्थी-विद्यार्थिनी, तसेच अभ्यासू वाचनप्रेमींची दिवसभर वर्दळ असते.

सुरत महानगरपालिकेच्या आधिपत्याखाली या वाचनालयाचे कामकाज चालते.

हिची स्थापना १९९१मध्ये आद्यकालीन कविवर्य नर्मद यांच्या १५९व्या जयंतिवर्षात झाली. त्यानंतर वेळोवेळी वाचनालयात अद्ययावत सोयी होत गेल्या. पाच मजल्यांची इमारत असलेल्या या लायब्ररीमध्ये आजघडीला एकूण दहा स्वतंत्र विभाग आहेत. विद्यार्थ्यांना अभ्यासाठी स्वतंत्र कक्षही आहे. अंध वाचक कक्ष आहे. ब्रेल लिपीतील ३,६०० पुस्तके उपलब्ध आहेत. अंधमित्रांसाठी ऑडिओची चांगली सोय आहे. दुर्मिळ, जुनी, पण महत्त्वाची पुस्तके विविध अभ्यासू वाचकांना हवी असतात. त्यांच्यासाठी वेगळा विभाग आहे.

गरीब, गरजू विद्यार्थ्यांना बुक बँकेच्या माध्यमातून शिक्षणासाठी पुस्तके दिली जातात. त्याकरिता इच्छुकांकडून देणगीही स्वीकारली जाते. वयस्कर-ज्येष्ठ वाचकांकरिता नियतकालिके व संदर्भ मिळण्याची, तसेच ते वाचण्याची चांगली सोय येथे आहे. सध्याचा जमाना नेट आणि कॉम्पुटरशी जास्त जवळीक असलेला आहे, त्यादृष्टीने या वाचनालयात 'ई-लायब्ररी'च्या माध्यमातून उत्तम पद्धतीने सीडी, नेट व कॉम्प्युटर यांच्या साहाय्याने चांगली व्यवस्था असून त्याला वाचकांचा चांगला प्रतिसाद आहे. बाल-शालेय स्तरावरील मुलांना वाचनाची व ज्ञानाची गोडी लागावी, या हेतूने वाचनालय विशेष सेवा देते.

या सेंट्रल लायब्ररीत तीन लाखांहून अधिक पुस्तके-ग्रंथांचा बहुमोल खजिना जिज्ञासू वाचकांना उपलब्ध झाला आहे. जवळपास ६२ हजार सदस्य त्याचा लाभही घेत आहेत. ऑनलाइन सदस्यत्वही मिळते.

आपण कधी सुरतला पर्यटनाला जाल, तेव्हा या ठिकाणी जरूर भेट द्या.

• • •

मराठी चित्रपटसृष्टीमध्ये विनोदी सिनेमाची निर्मिती, दिग्दर्शन आणि गीते लिहून आपल्या ढंगदार अभिनयाने सर्व थरातील रसिक प्रेक्षकांचे भरभरून मनोरंजन करणारा एकमेव मराठमोळा कलाकार म्हणजे दादा कोंडके!

दिसायला भोळसट चेहऱ्याचा हा नट अष्टपैलू कलाकर्मी होता. या 'ओरिजिनल' नटाचे सगळे चित्रपट गाजले होते. सर्वसामान्य रसिकांनी या चित्रपटांना 'हाऊसफुल्ल' प्रतिसाद दिला. दादांच्या चित्रपटातील कथा तशी स्पेशल नसायची; पण नेहमीचे जगणे आनंदी करणाऱ्या कथा व त्यांतले संवाद रसिकांना भावत होते. पण दादांचा रांगडा अभिनय आणि द्वयर्थी विनोद ग्रामीण तसेच शहरी प्रेक्षकांना खळाळून हसवत होता. व्हाइट कॉलरवाले प्रेक्षक दादांच्या चित्रपटांना आणि त्यातल्या चावटपणाला नावे ठेवायचे; पण त्यांचे चित्रपट मात्र पाहायला जायचे. मी दादांचा 'सोंगाड्या', 'पांडू हवालदार' आणि इतर काही चित्रपट पाहिले आहेत.

या विनोदी अभिनेत्याच्या आयुष्याचा पट अनिता पाध्ये या सिद्धहस्त लेखिकेने 'एकटा जीव' या प्रसिद्ध पुस्तकात शब्दबद्ध केला आहे. या लेखिकेने चित्रपटसृष्टी व कलावंतांविषयी चांगली पुस्तके लिहिली आहेत. 'एकटा जीव'मध्ये त्यांनी दादांना चांगलेच बोलते केले आहे. दादांचे बालपण, तरुणपण आणि चित्रपटसृष्टीतील त्यांची कारकिर्द याशिवाय सुखदुःखाचे क्षण यांविषयी दादा आपल्याशी बोलतात.

या स्वर्गस्थ कलावंताचा जन्मदिन ८ ऑगस्ट हा आहे. हा योग साधून मी तुमच्याशी संवाद साधत आहे.

एकटा जीव

लेखिका : अनिता पाध्ये

या माणसाच्या आयुष्यात आलेल्या सगळ्या व्यक्तींबद्दल त्याने सडेतोडपणे भाष्य केलेय. बऱ्याच मोठ्या लोकांचे मत किती संकुचित आहे, हेसुद्धा समोर ठेवले आहे

त्याने. हा माणूस खूप हालअपेष्टा सोसून पुढे आला.

दादांनी बेधडक डायलॉग व दृश्ये चित्रपटात दाखवली. पण सर्वसामान्य प्रेक्षकांना दादांनी हवे ते मनोरंजन दिले आहे. विनोद तर खूप दिले आहेत. दादा कोंडकेंची 'विच्छा माझी पुरी करा' हे वगनाट्य आपण दोनतीनदा पाहिले आहे. अतिशय चांगले वगनाट्य आहे ते. अजूनही नवीन कलावंतांच्या संचात आले तरी चांगला प्रतिसाद मिळतो रसिकांचा. दादा कोंडकेंच्या आयुष्यात आलेल्या महत्त्वाच्या व्यक्ती आणि घटना यांविषयी यात बरीच माहिती आहे. मास्टर भगवान, शरद पवार, बाळ ठाकरे, शिवसैनिक, त्यांची आई, दादा (मोठा भाऊ), उषा चव्हाण, पद्मा चव्हाण, लता मंगेशकर, राम लक्ष्मण, महेंद्र कपूर, आशा भोसले, पुष्पा भोसले, निळू फुले, राम नगरकर, अंतुले, समाजवादी नेते, सुधीर फडके, वसंत सबनीस, पु.ल. देशपांडे, भालजी पेंढारकर आणि आणखी कितीतरी आहेत.

दादा कोंडकेंनी आयुष्यात भोगलेल्या आठवणी अगदी रोखठोक आणि मनमोकळ्या पद्धतीने सांगितल्या आहेत. कोणाची भीडभाड न ठेवता हा माणूस आपले आयुष्य ऐकवतो. आयुष्यभर लोकांना त्यांची दुःखे, ताणतणाव विसरायला लावून पोटभर हसवतो. रांगडा आणि फाजील विनोद बेधडकपणे ऐकवतो-दाखवतो. त्यात नाटकी अभिनय अथवा भपकेपणा नाही. भरपूर पैसे कमावलेला हा धाडसी माणूस अष्टपैलू आहे. आयुष्य मजेने जगत असताना वाटेत आलेले अडथळे धैर्याने पार करून हा पुढे जातो. जवळच्या माणसांना नीट ओळखणे याला जिथे जमत नाही, तिथे त्याच्या आयुष्याची फसगत होते. नालायक, स्वार्थी/मतलबी पुतण्या आणि काही लबाड नातेवाईक जवळपास वावरत असताना हा हतबल होतो. प्रसंगी कठोर वागूनही तो त्यात पराभूत होतो. आयुष्याची अखेर एकटेपणाचे दुःख त्याच्यासमोर आणते. जवळपास मानसिक आजारपण यावे तसा हा दुःखी-कष्टी राहतो.

हे पुस्तक शेवटी खूप अंतर्मुख करते. यात उल्लेख असलेली खूप मोठी आणि सेलिब्रेटी माणसे प्रत्यक्षात किती खोटी आहेत, हे सत्य वाचून विस्मय वाटतोच. दुःखही वाटते. ती आपल्या नजरेतूनही उतरतात. पार व्ही. शांतारामपासून अशोक सराफ, निळू फुले, समाजवादी लोक, उद्योगधंदेवाले काही मोठे लोक, वसंतदादा पाटील, शंकरराव चव्हाण, मनमोहन देसाई, रत्नमालाबाई, राम कदम, लता-आशा आणि उषा मंगेशकर, प्रभाकर पेंढारकर अशी कितीतरी मंडळी पार उघडी करून दाखवली आहेत या माणसाने.

हा माणूस शिवसेनेशी व बाळासाहेब ठाकरेंशी खूप एकनिष्ठ होता. दुर्दैवाने सेनेच्या मंत्रिगणांनी आणि नेते मंडळींनी त्याला हवे तसे वागवले नाही, विश्वास दाखवला नाही.

या आत्मकथेत दादा कोंडकेंनी काही मोठ्या माणसांचे खरे मोठेपणही समोर आणले आहे. भालजी पेंढारकर त्यांना मुलगा मानत. दादांशिवाय त्यांना जेवण जात नसे. आयुष्यातील महत्त्वाचे निर्णय वडीलकीच्या नात्याने बाबांनी (भालजी) सांगावेत आणि

ते दादांनी अंमलात आणावेत. बाबांची निरीक्षणशक्ती परफेक्ट होती याचा पडताळा दादांना वेळोवेळी येत होता.

दादांच्या सहवासात साधीसुधी, पण प्रामाणिक माणसे, खात्रीची माणसे आली. दादांनी त्यांना विश्वास दिला, मानही दिला. त्यांचे ऋणही दादा विसरले नाहीत. राजेश मुजुमदार, रामलक्ष्मण, वसंत सबनीस, पु.ल., आचार्य अत्रे, स्मगलर हाजी मस्तान, अमजदखान, महमूद, संजीवकुमार अशा कितीतरी चांगल्या व मान्यवर कलाधुरीणांचा सहवास दादांना लाभला. आयुष्याची घडी बसविताना पहिलेच झालेले लग्न काही वर्षातच मोडले आणि हा माणूस एकाकी झाला, पण या चित्रपट क्षेत्रात दिवसरात्र वावरत असताना हिरॉईनच्या रूपात दादांच्या चित्रपटात झळकलेल्या उषाताई चव्हाण त्यांच्या सुखदुःखात साथीला होत्या. त्यांच्यात काही मतभेद घडले, तरी मैत्री अभंग राहिली. काही नात्यांनी मात्र लोणी खाऊन मजा केली. लग्नासाठी मागणी घालणाऱ्या काही नायिकांना दादांनी नकार दिला खरा; पण शेवटी त्यांना काहींच्या बाबतीत दिलेल्या नकाराची खंतही वाटली. हा माणूस खूप धाडसी होता. शिकारी छंद, शाहिरी लिखाणात हातखंडा होता. गीत-गाण्याच्या चाली सराईतपणे बनविणारा हा हरहुन्नरी कलावंत आज आपल्यात नसला, तरी त्याचे जवळपास नऊ चित्रपट सर्वदूर महाराष्ट्रात धुमधडाक्यात चाललेत. ग्रामीण आणि शहरी प्रेक्षकांनी या चित्रपटांना डोक्यावर घेतले. काही चित्रपट तर दक्षिणी, गुजराती भाषेतही प्रदर्शित झाले. द्व्यर्थी पण पांचट विनोदी संवाद फिल्म सेन्सॉर बोर्डाच्या कचाट्यातून सोडवताना हा दादा माणूस खूप कष्ट करून शब्दकोशातले शब्द शोधून ते नीट अभ्यासून व जुन्या कवी-संतांचे संदर्भ दाखवून सेन्सॉर सदस्यांची बोलती बंद करायचा!

'एकटा जीव' हे पुस्तक वाचताना प्रत्यक्ष हा धुरंधर कलावंत आपल्याशी मनमोकळे आणि विश्वासून बोलतोय, असे वाटते. या पुस्तकाचे शब्दांकन सिनेपत्रकार-लेखिका अनिता पाध्ये यांनी अगदी वास्तवपणाने केले आहे. हे पुस्तक संवेदनशील वाचकाला भिडणारे आहे. ते शेवटी अंतर्मुखही करते.

• • •

वाचनछंद - ३

२०२१

मराठी साहित्य आणि नाट्य विश्वातील जाणते लेखक-नाटककार वसंत कानेटकर यांनी लिहिलेली बहुतेक नाटके मला पाहायला मिळाली. विशेषतः त्यांची ऐतिहासिक नाटके मी आवर्जून पाहिलीत.

नाट्यगृहातील सारे प्रेक्षक इतिहासकालीन व्यक्तिमत्त्वे पाहताना, अभिनय व संवादफेक अवलोकन करताना प्रभावित व्हायचे. 'रायगडाला जेव्हा जाग येते' आणि 'इथे ओशाळला मृत्यू' ही त्यांची नाटके खूप गाजली आहेत.

इतिहासाचा अभ्यास करून, जुने उपलब्ध दस्तऐवज पाहून, तपासून संबंधितांकडे खात्री करून आणि प्रसंगी त्या स्थळांपर्यंत जाऊन खातरजमा करणारे आणि त्यानंतर आपली नाट्यकृती निर्माण करणारे वसंत कानेटकर हे वास्तववादी नाटककार होते.

छत्रपती शिवरायांच्या पूर्वकाळापासून पुढच्या वाटचालीची इत्थंभूत माहिती घेऊन त्यांनी लिहिलेल्या 'शिवशाहीचा शोध' या प्रसिद्ध व अभ्यासपूर्ण पुस्तकाची मला झालेली प्राथमिक ओळख मी तुम्हाला करून देत आहे. प्रत्येक इतिहासप्रेमीच्या संग्रही हे पुस्तक असायला हवे.

हे पुस्तक वाचताना मला शिवकालीन दिग्गज व्यक्तिमत्त्वांची नव्याने ओळख झाली. काहींच्या गुणावगुणांमुळे मराठ्यांचा इतिहास कसा बदलत गेला तेही ज्ञात झाले.

म्हणून या पुस्तकातील काही नोंदींसह माझे या पुस्तकविषयीचे मत मी इथे मांडत आहे...

शिवशाहीचा शोध

वसंत कानेटकरांनी जी पाच ऐतिहासिक नाटके लिहिली, ती लिहिण्यापूर्वी त्यांनी इतिहासकालीन ग्रंथ, बखरी, वृत्तान्त इत्यादी बरेचसे साहित्य अभ्यासले होते. प्रत्यक्ष घटनास्थळी जाऊन व थोरामोठ्यांना समक्ष भेटून सत्य माहिती मिळविण्याचे त्यांनी प्रयत्न केले.

या पुस्तकात कानेटकर यांनी शहाजीराजांपासून ते राजाराम, ताराबाईंपर्यंतचा काळ वाचकांपुढे मांडला आहे. त्यातील घटना वाचताना खूप धक्के बसतात. शहाजीराजे, शिवाजी महाराज, त्यांच्या राण्या, कर्तबगार माणसे व सहकारी, मावळे, पुत्र संभाजी, राजाराम, त्यांच्या पुढील पिढ्यांचे उल्लेख आहेत.

सईबाई, येसूबाई, सोयराबाई, राजाराम महाराजांची पत्नी ताराबाई, शंभुपुत्र शिवाजी उर्फ शाहू, या साऱ्यांविषयीदेखील वेधक माहिती वाचायला मिळते.

या पुस्तकात मराठ्यांच्या शत्रुपक्षातील औरंगजेब केंद्रस्थानी आहे. कपटी, धर्मवेडा, कुणावरही विश्वास न ठेवणारा व कठोर असा शहेनशाह औरंगजेब मराठ्यांविरुद्ध अखेरपर्यंत लढला; परंतु शेवटी त्याला मराठ्यांना पूर्णपणे जिंकता आले नाही. त्याने संभाजी महाराजांवर कसा राग काढला, कूटनीती करून त्यांना कसे क्रूरपणे छळले ते वाचून मन अस्वस्थ होते.

पूर्वी, म्हणजे आदिलशाहीत व त्यानंतरच्या काळात फितुरी होती, भ्रष्टाचार होता, कपटनीती होती. या साऱ्याची मोठी झळ मराठ्यांना बसली.

कानेटकरांनी शिवरायांच्या चांगुलपणाची आणि कार्यकर्तृत्वाची भरपूर माहिती पुस्तकात दिली आहे. त्यांना स्वराज्यात साथसंगत देणाऱ्या ज्येष्ठ-श्रेष्ठ मान्यवरांची माहितीदेखील यात आहे.

शिवाजी महाराजांनी सक्तीने धर्मांतर घडविणाऱ्या गोव्याच्या दोन पोर्तुगीज पाहुण्यांना देहान्त शासन दिले. धर्मांतरितांना आपल्या धर्मात पुन्हा घेण्याचे त्यांनी प्रयत्न केले. परंतु त्यास धर्ममार्तंडांचा विरोध झाला, त्यामुळे महाराजांचे काम अपूर्ण राहिले.

जिजाऊंचा मृत्यू १७ जून १६७४ रोजी झाला, राज्याभिषेकानंतर बारा दिवसांनी. तो सर्वांना अपशकुन वाटला. उगीच शंका नको म्हणून राजांनी २४ सप्टेंबर रोजी राजगडावर दुसरा राज्याभिषेक निश्चलपुरी नामक तांत्रिक योग्याकडून करवून घेतला.

मोगल सरदार बहादुरखान याला राज्यांनी पेडगाव येथे साध्या डावपेचाने सैरभैर केले. महाराजांनी आपल्या सैन्याचे दोन भाग केले. एका भागाने हल्ल्याची हूल दाखवून बहादूरखानाला त्याच्या छावणीतून सैन्यासह बाहेर काढले. मग माघार घेतल्याचे दाखवून त्याला २० कोसांपर्यंत पाठलागावर नेले. पुढे राजांचे सैन्य चारही वाटांनी गायब

झाले! बहादूरखान आपल्या सैन्यासह दूर जाताच महाराजांनी उरलेल्या सैन्यानिशी येऊन त्याच्या छावणीवर हल्ला केला. त्याचे तंबू जाळले आणि खजिन्यासह २०० घोडे ताब्यात घेतले.

शिवाजी महाराजांच्या आयुष्यात चार महत्त्वाच्या पराभवांची ओझरती माहिती या पुस्तकात दिली आहे -

- विजापूर-आदिलशाही घेणे त्यांना शक्य झाले नाही आणि वर्चस्वही मोडता आले नाही.
- मुरुडचा जंजिरा त्यांना हस्तगत करता आला नाही.
- सावत्र भाऊ व्यंकोजीला (तंजावर)राजी करणे जमले नाही.
- संभाजीचा दुरावा त्यांच्या मनी लागला. त्याने मोगलांकडे केलेले पलायन महाराजांना पटले नाही.

महाराजांच्या आयुष्यात महत्त्वाचे गौरवक्षणही घडले आहेत. त्यांनी दक्षिणेत मिळविलेला दिग्विजय आणि कुतुबशाहकडून झालेला सन्मान.

जिंजीचा किल्ला राजांनी किल्लेदार नसीर मुहम्मद यास ५०,०००/- उत्पन्नाच्या जहागिरीचे आमिष दाखवून वश करून घेतला. नंतर किल्लेदार रामाजी नलगे याची नेमणूक करून सुभेदारी विठ्ठल पिलदेव यास दिली.

दक्षिणेत तिरुवरमलई जवळ असलेल्या पेरूमल देवाच्या दोन मंदिरांच्या मशिदी करण्यात आल्या होत्या, त्यांचे महाराजांनी पुन्हा मंदिरांत रूपांतर करवून घेतले व शिवलिंगे विधिपूर्वक स्थापन केली.

आपला कौटुंबिक मालमत्तेचा वाटा मागण्याची स्पष्ट मागणी महाराजांनी व्यंकोजीकडे केली होती. पण त्याने ती धुडकावली. तेव्हा लढाई करून त्याच्यावर संताजीने हल्ले चढविले. याच दरम्यान महाराजांस रायगडावर तातडीच्या कामासाठी जावे लागले. मग भावाभावांत तह झाले.

१६७५ साली शिवाजी महाराज साताऱ्याला असताना दीर्घकाळ आजारी पडले. त्यांच्यावर विषप्रयोग झाल्याचे इंग्रजांचे म्हणणे होते. त्यांच्या कागदपत्रात तसा उल्लेख आहे. राजारामाची मुंज व लग्नानंतर शिवाजी महाराज आजारी पडले. तो आजार रक्तातिसार असल्याचे इंग्रजांचे मत होते, तर हा 'bloody flux Intensinal Anthrax' नावाचा आजार असल्याचे पोर्तुगीजांचे मत होते.

शिवाजी राजे शेवटच्या काही दिवसांत बेशुद्धावस्थेत होते. पन्नास वर्षे जगलेल्या राजांच्या मरणासमयी त्यांच्याजवळ कोणीही मंत्रिगण नव्हते.

संभाजीराजे आणि अण्णाजी दत्तो (सचिव), मोरोपंत, इतर सरकारकुनांमध्ये तेढ होती, अशी नोंद या पुस्तकात आहे.

संभाजीराजे व शिवाजीराजे यांच्यातील वाद वाढत राहिले. दोघांत दिलजमाई झाली नाही. राज्यांचे दोन भाग करण्याचा राजांचा प्रस्ताव संभाजीने नाकारला.

सोयराबाईंच्या सांगण्यावरून शिवाजी महाराजांच्या निधनानंतर (३ एप्रिल १६८०) २१ एप्रिल रोजी अण्णाजी दत्तो, मोरोपंत इत्यादी प्रधानांनी राजाराम महाराजांचे मंचकारोहण केले व संभाजीराजांना कैद करण्यासही फर्मावले.

त्या वेळी संभाजीराजे पन्हाळ्यावर होते. त्यांना हे समजल्यावर त्यांनी सारी सूत्रे स्वतःच्या हाती घेऊन तेथेच स्वतःला 'राजा' म्हणून घोषित केले. मात्र त्यांना रायगडावर १८ जूनला कैद करून आणण्यात आले. पुढे २० जुलैला त्यांचे मंचकारोहण झाले व १६ जानेवारी १६८१ रोजी राज्यारोहण सोहोळा झाला.

मग संभाजीराजांनी प्रधानांना मुक्त केले. सोयराबाईंना कैद केले नाही; मात्र सुरक्षा म्हणून नजरकैदेत ठेवले.

संभाजीराजांवरही विषप्रयोग झाला होता. याच वेळी मे-जून १६८१मध्ये औरंगजेबपुत्र अकबर रणांगणातून पळून राजांच्या आश्रयाला आला. त्याच्याबरोबर त्याचा मित्र दुर्गादास राठोडही आला.

आपल्यावरील कटकारस्थानाची माहिती एका पत्रामुळे अकबर व कवी कलशामार्फत संभाजीराजांना समजली. मग त्यांनी अणाजीपंत सचिव, बालाजी आवजी, सोमजी दत्तो, हिरोजी फर्जंद यांना देहान्त शासन दिले, अशी माहिती या पुस्तकात आहे.

संभाजीच्या आईचे (सईबाईंचे) जन्मानंतर दोन वर्षांनी (१६५९) निधन झाले. त्यांचा सांभाळ पंधरा वर्षेपर्यंत जिजामातांनी केला. त्यानंतर राजारामांचा जन्म झाला.

बु-्हाणपूर येथे दोन वर्षे मोगल छावणीत शहजादा मोअज्जम (सुभेदार) यांच्या संगतीत संभाजी राहिला. शाक्त पंथाची दीक्षा कवी कलशाने संभाजीराजांना दिली. १६८९मध्ये मोगलांनी त्यांना पकडल्यानंतर सोडविण्याचे विशेष प्रयत्न झाले नाहीत.

संगमेश्वरात राजांना १ फेब्रुवारी १६८९ रोजी अटक झाली. 'खेळण्या'त गणोजी शिर्केंचा बंदोबस्त करण्यास ते गेले होते. खेळण्याहून रायगडावर जाण्यासाठी संगमेश्वरात आले, तेव्हा ही अटक अनपेक्षितपणे झाली. त्यासाठी शेख निझाम कोल्हापूर येथून फौज घेऊन आला होता. अगोदर मुकर्बखानाने हेर पाठवून सगळी माहितीही घेतली होती. संभाजीराजांचा जिवलग कवी कलश याने संगमेश्वरला बागा व वाडे बांधले होते, असेही यात वाचायला मिळते.

संभाजी राजांना पकडल्यानंतर स्वराज्य विस्कळीत झाले. औरंगजेबाच्या आदेशानुसार राजांचे क्रूर पद्धतीने हाल करण्यात आले. डोळे फोडल्यानंतर राजांनी जेवणखाण सोडले. सगळ्यांनी सांगूनही ऐकले नाही.

मग वढू कोरेगाव येथे ११ मार्च १६८९ रोजी संभाजी राजांना व कवी कलशला ठार मारण्यात आले. (राजाराम तेव्हा १९ वर्षांचा होता.) राजांची रीतसर उत्तरक्रिया झाली नाही. येसूबाईंनी त्या स्थळी राजांचे साधे स्मारक केले.

औरंगजेबाने संभाजीराजांच्या निधनानंतर १४ दिवसांत (२५ मार्च १६८९) रायगडाला वेढा दिला. त्या वेळी येसूबाई २८ वर्षांच्या होत्या.

या प्रसंगी हुशारी दाखवून येसूबाईंनी कैदेतल्या व्यक्तींना सोडवले. राजारामांचे मंचकारोहण केले. छत्रपतींचे अधिकारही त्यांना दिले. तेथील किल्लेदार चांगोजी काटकर व मुख्य अधिकारी येसाजी कंक होता. त्या वेळी स्वतः व मुलाला घेऊन रायगडावर त्या राहिल्या. मात्र राजारामाबरोबर सरदार व मुत्सद्दी यांना सुरक्षितपणे पन्हाळगडावर किंवा विशाळगडावर जाण्यास सांगितले. त्यात परशुराम त्र्यंबक, रामचंद्रपंत, अमात्य नावडेकर, शंकराजी नारायण, धनाजी जाधव, खंडो बल्लाळ, संताजी घोरपडे, खंडेराव दाभाडे हे होते. अर्थात, औरंगजेब धूर्त असल्याने धावपळ व्यर्थ ठरली व मराठ्यांचा पराभव झाला.

औरंगजेब हा शिवराज्यातला सर्वांत मोठा परकीय शत्रू होता. त्याने फितूर सरदार, किल्लेदार आणि वतनासाठी लोभी असलेली माणसे यांचा पुरेपूर उपयोग आपले साम्राज्य वाढविण्यासाठी करून घेतला.

औरंगजेबाने संभाजीराजांचे केलेले हाल या पुस्तकात वाचताना खूप क्लेश होतात.

विशेष म्हणजे याच संभाजीराजांचा पुत्र शहाजी व त्याची आई येसूबाई (शंभुपत्नी) यांना औरंगजेबाने शरणार्थी म्हणून सांभाळले, तेही शेवटपर्यंत! मात्र, यात येसूबाई यांनी मुत्सद्दीपणा दाखवून व विचारपूर्वक कृती करून त्याचा आश्रय घेतला होता.

शिवाजी महाराजांनी दुसऱ्या धर्माची व स्थळांची विटंबना कधी केली नाही. उलट, मशिदींना नेमणुका दिल्या. रस्त्यावर पडलेली कुराण प्रत मौलवीकडे पाठवली. परंतु औरंगजेबाने काशी विश्वेश्वराच्या देवालयाची विटंबना केली!

नेताजी पालकरला सक्तीच्या धर्मांतरामुळे औरंगजेबाने महंमद कुलीखान केले होते. १६८२मध्ये प्रचंड फौजेनिशी औरंगजेब औरंगाबादेत आला. औरंगजेब ९६ वर्षे जगला! त्याचा मृत्यू १७०७मध्ये झाला. तो अकबर (बंडखोर पुत्र) याला पकडण्यास धडपडत होता. त्यासाठी त्याने ब्रिटिशांनाही आमिषे दाखवली होती. पण अकबर सुरक्षित राहिला.

येसूबाई यांनी दोघांच्या जीवाचे व अब्रूचे अभय औरंगजेबाकडे मागितले आणि कुराणाची शपथ घेऊन औरंगजेबाने त्यांना अभय दिले. मात्र त्याने आपल्या निवासस्थानाच्या आवारात तंबू लावण्याची आज्ञा देऊन त्यांना तेथेच राहायला लावले.

रायगडाचा विध्वंस झुल्फिकारखानाने केला आणि लूटही केली. छत्रपतींचे बत्तीस मणांचे सिंहासन तुकडे-तुकडे करून लुटीत घेतले, अशी माहितीही यात वाचावयास मिळते.

औरंगजेबाचे अखेरीस हाल झाले. अहमदनगरच्या छावणीत घाण व दुर्गंधीमध्ये त्याला दिवस काढावे लागले. त्याने दक्षिणेत येऊन मोहीम राबवण्याचा पश्चात्ताप झाल्याचा उल्लेखही ऐतिहासिक दप्तरात आहे. त्याने मराठ्यांविषयी असलेल्या रागातून एकदा फर्मान काढले होते, मराठ्यांना यापुढे दुष्मन किंवा गनीम म्हणायचे नाही, त्यांना चोर म्हणायचे! औरंगजेबाला मराठी सैन्य नेमके किती आहे, तीस-चाळीस हजार आहे की दोन लाख आहे याची नेमकी माहिती मिळाली नाही.

औरंगजेब फारच आजारी पडला, तेव्हा त्याला 'आता शाहूचे काय करायचे?' हा प्रश्न पडला. मात्र त्याच्यावर मराठ्यांचा दबाव वाढल्यावर त्याने शाहूला पोशाख व सात हजारी मनसब दिली. कामबक्षच्या आज्ञेत राहून दक्षिणेचे राज्य करत जा असा हुकूम केला. पण त्याच्यावर नजर ठेवण्यास झुल्फिकारखानास बजावले. शाहू त्याचा मांडलिक बनला.

औरंगजेब २० फेब्रुवारी १७०७ रोजी वारला. शाहूने औरंगजेबाचा बंदी म्हणून छत्रपती झाल्यावरही राज्यकारभार केला. त्याने थोरल्या बाजीराव पेशव्यांच्या पराक्रमाला वेसण घातली. स्वामींचे (औरंगजेब) राज्यास धक्का न लावणे ही त्यांना सक्त ताकीद दिली. नंतरचे सारे पेशवे बंद्याचे बंदे म्हणून कारभार करू लागले. मोगलांचे बंदे म्हणून दिल्लीच्या तख्ताची सेवा व रक्षण करण्याची कामगिरी नंतरच्या पेशव्यांनी उत्तम रीतीने पार पाडली.

मनूची हा औरंगजेबाच्या काळातील एक परकीय लेखक व महत्त्वाच्या घटनांचा प्रत्यक्षदर्शी साक्षीदार होता. तो लढवय्यादेखील होता. कानेटकरांना काही माहिती त्याच्या पुस्तकातून मिळाली आहे. त्यानुसार, औरंगजेबाच्या मृत्यूनंतर वीस वर्षांनी बाळाजी विश्वनाथांनी आझमशी वाटाघाटी करून येसूबाईंना सोडवले. मात्र या काळात येसूबाईंची कारकिर्द संपली होती. शाहूही बदलला होता.

शाहूचे पहिले नाव शिवाजी होते. औरंगजेब त्याला नेहमी म्हणे, 'तुझा बाप आणि आजोबा चोर होते, पण तू मात्र साव आहेस.' या 'सावा'पासून शाहू हे नाव प्रचारात आले, अशी माहिती यात वाचायला मिळते. शाहूला मुसलमान करण्याचा प्रयत्न औरंगजेबाने केला होता. पण झिनत्तूनिसा या औरंगजेबाच्या मुलीने त्याला रोखले. ती बापाला म्हणाली, 'तो हिंदू आहे. मग त्याला हिंदूच राहू दे, तरच मराठ्यांचे नाक तुमच्या हातात राहील.'

औरंगजेबाच्या आश्रयात राहिल्याने शाहूवर त्याचा जास्त प्रभाव पडला. इतका की, औरंगजेबाच्या मृत्यूनंतर जेव्हा शाहूची सुटका झाली, त्या वेळी पहिल्यांदा त्याने खुलताबादला जाऊन औरंगजेबाच्या कबरीचे दर्शन घेतले! आजोबांच्या आणि वडिलांच्या समाधीचे दर्शन घ्यायची उत्सुकता त्याला वाटली नाही.

राजारामांच्या कारकिर्दीविषयी या पुस्तकात वाचलेली माहितीही अंतर्मुख करते. राजाराम स्वभावाने सौम्य होता. विलासी वृत्तीचा होता. राजारामाचे निधन २ मार्च १७०० रोजी सिंहगडावर झाले आणि त्याची कारकिर्द संपली.

राजारामांची पत्नी ताराबाई मात्र पराक्रमी राणी ठरली. इतिहासात तिच्या कारकिर्दीविषयी चांगले लिहिले गेले आहे. ती ८६ वर्षे जगली.

ताराबाईंचा पिता हंबीरराव मोहिते शिवाजी महाराजांच्या अष्टप्रधान मंडळात सरनोबत मुख्य सेनापती होता. ताराबाईंनी युद्ध शिक्षण घेतले होते. राजारामांचे विलासी जीवनाबाबत येसूबाईंनी ताराबाईना खबरदारीचे इशारे दिले होते. ताराबाई पुरुषवेषात जिंजीला गेल्या व राजारामांवर नियंत्रण आणून सगळा कारभार त्यांनी ताब्यात घेतला. राज्यकारभार करताना त्यांनी दुर्लक्ष केले नाही. संताजी व धनाजी यांच्यामध्ये मोठा वाद होता. तो वाद थांबवण्याचा प्रयत्न ताराबाईंनी केला, पण त्यात त्यांना यश आले नाही. राज्याची राजधानी ताराबाईंनी सातारला हलविली. ताराबाई कर्तृत्ववान असल्या तरी भाऊबंदकीच्या वादात त्या शेवटी पराभूत झाल्या.

शाहूंबरोबरच्या लढाईत ताराबाई पराभूत झाल्या, कारण त्यांची माणसे फोडण्यात पेशवे यशस्वी ठरले. ताराबाईंचा पराभव झाल्यानंतर, आपसात वाद नको म्हणून शाहूंनी कोल्हापूरला दुसरी गादी निर्माण केली व ती ताराबाईंच्या मुलाला दिली.

पण पेशव्यांनी पडद्याआड कारवाई करून ताराबाईंना त्यांच्या मुलासह कैदेत ठेवले आणि गादीवर ताराबाईंचा सावत्र मुलगा संभाजीस बसवले. पुढे तारांबाईना सातारच्या किल्ल्यावर आणून ठेवले. त्यांच्या शुवजी हा मुलगा निधन पावला होता. त्याचा एकच पुत्र होता. तो ताराबाईंचा नातू. तो त्यांनी गुपचूप रामचंद्रपंतांच्या मुलाच्या घरात वाढवण्यासाठी ठेवला होता.

अखेरीस शाहू व ताराबाई एकत्र आले व सामोपचार होऊन ताराबाईंच्या नातवाला दत्तक म्हणून गादीवर बसविले. नंतर तोच दत्तक मुलगा पेशव्यांचे ऐकू लागला, तेव्हा त्याला ताराबाईंनी तुरुंगात डांबले.

अशा या संशोधनात्मक पुस्तकात वाचाव्यात तेवढ्या खूप घटना आहेत.

कानेटकरांनी एका ठिकाणी प्रा. नरहर कुरुंदकरांच्या मताचा संदर्भ दिलेला आहे. ते म्हणतात -

'इतिहासातील आदरणीय पुरुषांविषयी समाजमानसात प्रतिमा उभ्या राहिलेल्या असतात. त्यात प्रेम असते. त्यानुसारच अभ्यास होतो. ते अपरिहार्य आहे. तरीही चिकित्सक वृत्तीने अभ्यासाला प्रारंभ व्हायला हवा.'

शिवाजी महाराजांवर श्रद्धा असली, तरी त्यांनी अंगावर घेतलेले पराभव, सहन केलेली संकटे, केलेल्या कपटनीती, गनिमी कावा, जशास तसे राजकारण यांचा डोळे नीट

उघडून अभ्यास करणे योग्य आहे.

दिल्लीचे तखत पादाक्रांत करण्याची इच्छा कोणत्याही पेशव्याने कधीच धरली नव्हती. एवढे अधिकारसंपन्न असतानाही! याबाबत कानेटकरांचे महत्त्वाचे वाक्य आहे, '...एकदा राज्यसाधनेतून हिंदवी राज्यांची सार्वभौमत्वाची भूमिका वगळली, की मग बाकी मागे उरते ती स्थावर व जंगम मालमत्ता. ती फक्त एक दौलत असते. निव्वळ एक संपत्ती असते. म्हणूनच मराठ्यांचे उर्वरित राज्य म्हणजे शहाजींच्या काळातल्या सारखेच. पण आकाराने अंमळ मोठी अशी ही एक जहागिर झाली होती.'

सारांशाने कानेटकर स्पष्ट लिहितात, 'शेवटी मात्र सगळे चांगले वागले, पण योग्य वेळी संवाद घडला नाही. म्हणून शेवटी त्याचा काहीच उपयोग नव्हता.'

इतिहासप्रेमी वाचकांनी हे पुस्तक जरूर वाचावे आणि शिवकालीन शोधही घ्यावा.

•••

चित्रपटगप्पा - १

जीवनप्रवाह चित्रित करताना मानवी जीवांची घालमेल, हतबलता यांचे वास्तव प्रेक्षकांसमोर आणणारे जगन्मान्य बंगाली दिग्दर्शक मृणाल सेन माझ्या आवडत्या दिग्दर्शकांपैकी एक. गेल्या महिन्यात मृणाल सेन सर्वांना सोडून चित्रपटांच्या अंतराळविश्वात मार्गस्थ झाले. त्यांना आदरांजली म्हणून 'ख़ारिज' या बंगाली चित्रपटाविषयी...

तसेच, २०१८ हे स्वर्गीय अरविंद गोखलेंचे जन्मशताब्दी वर्ष. तुम्ही विचाराल, 'कोण बुवा हे अरविंद गोखले? मला हे सांगायचे आहे की, हे अरविंद गोखले जुन्या जमान्यातील सुप्रसिद्ध मराठी कथाकार व साहित्यिक. त्यांचे जन्मशताब्दी वर्ष २०१८मध्ये सुरू झाले. त्याची सांगता झाली या वर्षी १९ फेब्रुवारीला. अर्थात सरकारने याची दखलही घेतली नाही. त्यामुळे जन्मशताब्दी वर्ष गोखलेंच्या साहित्यप्रेमी चाहत्यांनी साजरे केले.

या थोर कथाकाराचे पुण्यस्मरण म्हणून मी तुमच्यापुढे त्यांच्या 'अविधवा' या गाजलेल्या कथेवर आधारित 'माझे घर माझी माणसं' या मराठी चित्रपटाविषयी संवाद साधत आहे.

ख़ारिज

दिग्दर्शक : मृणाल सेन

कलाकार : ममता शंकर, अंजन दत्ता

कथा : रूपदा चौधरी

संगीत : बी. व्ही. कारंथ

छायांकन : के. के. महाजन

ही आहे एक शोककथा. तेव्हाच्या कलकत्ता शहरात राहणारे एक छोटे कुटुंब. पाच-सात वर्षांच्या गोड मुलाचे तरुण आईवडील अगदी आनंदाने संसार करत आहेत. आपल्या

लहान मुलाला- पुपईला सोबत व्हावी आणि घरातील कामात थोडी मदतही व्हावी, म्हणून हे तरुण जोडपे एका बारा-तेरा वर्षांच्या मुलास घरी कामाला ठेवतात. खरे तर त्या मुलाचा गरीब बापच एकदा यांच्याकडे येतो. आग्रह करून आपल्या मुलाला - पालनला तिथे कामाला ठेवतो. मुलाच्या कामाचा पगार किती घेणार? असे विचारल्यावर पालनचा बाप म्हणतो, ''तुम्ही काही द्याल ते द्या, पण ते पालनकडे नका देऊ. मी महिन्या-दोन महिन्यांनी येईन पैसे न्यायला. '' आणि आपल्या मुलाचे इथे भलेच होईल, या विश्वासाने तो निघून जातो!

इमारतीमध्ये याच वयाची इतर मुलेसुद्धा कामाला आहेत. ते एकमेकांशी चांगले परिचित होतात. पुपईला पालनची सवय झाली आहे. त्याचे आईवडीलदेखील आता निवांत झालेत.

मात्र अकस्मात एक घटना घडते. थंडीचे दिवस येतात. हुडहुडी भरण्याइतपत गारठा वाढतो. घराशेजारील किचन असलेल्या खोलीमध्ये पालन रोज झोपतो. त्या दिवशीची रात्र सरते. दुसऱ्या सकाळी, पालन अजून कसा उठला नाही हे कोडे पुपईच्या आईवडिलांना पडते. वारंवार शेजारच्या खोलीचा दरवाजा ठोठावूनदेखील पालन दरवाजा उघडत नाही. आता त्यांचे धाबे दणाणते. यांच्या आवाजाने शेजारी जमा होतात. इमारतीचा मालक, त्याची पत्नी तिथे येते. खोलीतून कुठलाच प्रतिसाद नसतो. मग दरवाजा जोर लावून उघडला जातो. आतमध्ये पालन अंगावर पांघरूण घेऊन शांत झोपलेला दिसतो. मात्र त्याला हाका मारून, हलवून तो उठत नाही. तेव्हा सगळे गंभीर होतात. कोणी सांगतो, पोलिसांना कळवा; कोण म्हणतो, डॉक्टरला बोलवा... हे सगळे पाहून पुपईची आई घाबरते. त्याच वेळी पुपई जागा होतो. त्याला समजावून लांब नेले जाते.

डॉक्टर येतात. तपासतात. हा मुलगा जिवंत नसल्याची जाणीव त्यांना होते, पण ते 'ॲम्ब्युलन्स आणा, पोलिसांनाही बोलवा. पालनला हॉस्पिटलमध्ये न्यायला लागेल' म्हणतात. मग पोलीस येऊन सगळी पाहणी करतात. आडवे-तिडवे प्रश्न विचारतात. खोलीत एक राखेची शेगडी पालनच्या उशाशेजारी कशी? रात्री खूप गारठा असल्याने शेगडी इथे वापरणे आवश्यक असल्याचे सगळ्यांचे मत असते. यावर पोलीस काही बोलत नाहीत.

इमारतीच्या आवारात आता गर्दी झाली आहे. चौकशीच्या निमित्ताने लोकांची शेरेबाजी चालू असते. पुपईचे आईवडील खूप अस्वस्थ होतात. भांबावून जातात. कोणी काहीही विचारत असतो. मात्र त्यांना धीर द्यायला आईवडील, घरमालक, शेजारचा एक मित्र व काही शेजारी पुढे येतात.

दरम्यान पालनच्या कुटुंबाला कळवायला हवे, याची जाणीव होऊन पुपईचे वडील शोध चौकशी करायला लागतात. माहिती मिळाल्यावर त्यांची वस्ती गाठतात. पालनचा

बाप सापडत नाही. मग निरोप ठेवून हे परततात. या दुर्घटनेमुळे भविष्यात कोणती आपत्ती नको म्हणून चांगल्या वकीलाच्या मदतीने कुटुंब तयारीत राहते.

बॉडीचे पोस्टमॉर्टेम होणार असते. त्याचा रिपोर्ट यायला एकदोन दिवस जातात. तो काळ हे जोडपे प्रचंड तणावाखाली काढते. या काळात छोट्या पुपईला हसते-खेळते ठेवायला शेजारची एक तरुणी खूप मदत करते. पोस्टमॉर्टेम रिपोर्टवरून डॉक्टर माहिती देतात की, कार्बन वायू खोलीत कोंडला गेल्यामुळे पालन मृत्यू पावला!

'तुम्ही विचलित नाही व्हायचे. तुमची या घटनेत काहीच चूक नाही' असा धीर पुपईच्या आईवडिलांना मिळालेला आहे. मात्र कुटुंब तणावात असते. पालनचे वडील पुपईच्या घरी दाखल होतात. पालनचा बाप स्वभावाने गरीब आहे. अशिक्षित आहे. मुलाच्या दुःखाने तो ढसाढसा रडतो. 'माझा पालन मला परत द्या आणून... ' असे म्हणत आक्रोश करतो. त्याचे सांत्वन केले जाते. तो शांत होतो. रात्री त्याला तिथेच थांबवले जाते. पण झोपणार कुठे तो? आपल्याच घरात थोडी जागा करून त्याची व्यवस्था करण्यात येते. पण तो राजी होत नाही. 'माझा पालन किचनमध्ये होता ना? मग मीपण तिथे झोपणार!', असे म्हणून किचनमध्ये जाऊन झोपतो.

पुपईच्या वडिलांना पोलीस अधिकारी बोलावून घेतात. बॉडीची ओळख व नातेवाईक म्हणून पालनचा बापही बरोबर असतो. मुलाचे शव पाहताना त्यांना शोक अनावर होतो. मग पुढे स्मशानभूमीत सगळे येतात. अग्नी दिल्यानंतर प्रथम पुपईची माणसे घरी निघतात. परंपरेप्रमाणे त्यांना घरी घेताना त्यांच्यावर अग्निमशाल फिरवली जाते. प्रथम कडुलिंब, मग काही गोड वस्तू खायला देतात. आता शुद्ध झालेले सगळे आत येतात. नंतर खूप वेळाने पालनचा बाप आणि त्याचे आप्त, मित्र, इमारतीत काम करणारी काही मुले येतात. विधीपूर्वक त्यांनाही आत घेतले जाते.

आता चित्रपटातील शेवटचा प्रसंग - पालनच्या बापाकडून आता कुठली कृती होणार? याकडे साऱ्यांचे लक्ष असते. पण तो गरीब बाप कोणतीही तक्रार न करता सगळ्यांचा निरोप घेतो. निघताना पुपईच्या वडिलांना हात जोडत एवढेच म्हणतो, 'निघतो आम्ही... ' त्याचे हे शब्द प्रेक्षकांसह सगळ्यांचाच प्रश्न सोडवतात. सगळ्यांना हलके करतात!

हा चित्रपट पाहून झाल्यानंतर मनातली अस्वस्थता लगेच जात नाही. सर्वांचा निरोप घेणाऱ्या पालनच्या बापाचे दुःखाने व अश्रूंनी भरलेले डोळे मन अधिक अस्वस्थ करते...

या चित्रपटात सगळे काही मृणाल सेन 'टच' वास्तव जीवन चित्रित झाले आहे. कुठेही अतिरेक नाही. कलावंत (सगळेच) कसबी आहेत. संगीताचा वापर अगदी माफक आहे. छायांकनसुद्धा आवश्यक तेथेच जवळून केले आहे. हा चित्रपट मुख्यतः कथेमुळे जास्त भिनतो. यातले कुटुंब आपल्यापुरते पाहणारे, वावरणारे असले, तरी स्वतःला

अपराधी मानत आहे. इतर लोक, शेजारी (अपवाद वगळता) आपल्या वर्तनातून सर्वसामान्य समाजाचा आरसा समोर आणतात. असा हा 'ख़ारिज' मनाला अस्वस्थ करून गेला.

• • •

माझे घर माझी माणसं

दिग्दर्शक : राजा ठाकूर

कलाकार : सुलोचना, विवेक, चंद्रकांत गोखले, रमेश देव

गीते : ग. दि. माडगुळकर

पार्श्वगायक : लता मंगेशकर, सुधीर फडके, लीलावती फडके

संगीत : सुधीर फडके

ही आहे स्वप्नवेड्या प्रेमिकांची अधुरी कहाणी. आईवडिलांनंतर पोरकी झालेली तरुण लेक - इरावती (सुलोचना) मावशीच्या छायेत आयुष्याची पुढील वाटचाल करते आहे. ती मेडिकल कॉलेजात आहे. डॉक्टरीचे शिक्षण घेता घेता तिचे त्याच कॉलेजमध्ये असलेल्या अविनाशवर (विवेक) प्रेम जडले आहे.

आपण एकमेकांत छान गुंतून गेलो आहोत. एकमेकांशिवाय यापुढे जगू शकत नाही, डॉक्टर झाल्यावर आपला सुंदर संसार उभा राहील, गोजिरवाणे मूल होईल... हे आहे यांचे स्वप्न. लग्नानंतरचे दिवस लवकरच येणार आहेत याची दोघा प्रेमिकांना खात्री आहे.

ही नायिका इरावती गडगंज श्रीमंत आहे. आईवडिलांमागे सर्व इस्टेट तिचीच आहे. ती सालस व संस्कारित आहे. लोभी वगैरे नाही. प्रेमळ अन् लाघवी स्वभावाची आहे. संपत्तीचा तिला गर्व नाही. उलट आपल्या होणाऱ्या नवऱ्याच्या संसारात एकत्र कुटुंबासह राहून त्याच्या आईवडिलांची, भाऊ-बहिणीची आस्थेने सेवा करायची हा तिचा निश्चय आहे.

नायक अविनाशचे कुटुंब गरीब आहे. वयस्कर बाप कर्जबाजारी आहे. कुठेतरी टेबल टाकून, टायपिंग करून आपले कुटुंब चालवत आहे. आजारी पत्नी, एका मुलीचे शिक्षण, उनाडक्या करणारा छोटा मुलगा आणि विवाहित मुलीला आधार देता-देता मेटाकुटीला आलेला हा बाप प्रचंड तापट आहे. याला मान भरपूर आहे! पण गरिबीपुढे काय चालते? कधी एकदा आपला मुलगा डॉक्टर होतोय, अन् या गरिबीतून आपली सुटका करतोय, याची आस त्याला लागली आहे.

अविनाश मात्र शांत व संयमी स्वभावाचा आहे. आईचे आजारपण, धाकट्या बहिणीचे शिक्षण, मोठ्या बहिणीची लहान मुले आणि उनाड भाऊ यांच्याकडे स्वतःच्या प्रेमिकेपेक्षा त्याचे जास्त लक्ष आहे.

दोघांचे प्रेमप्रकरण छान चालू आहे, पण घरच्या जबाबदारीमुळे अविनाश वेळ ठरवूनही इरावतीला भेटत नाही. ती हिरमुसते. तिचा राग अनावर होतो. पण मावशी आणि इतरांच्या समजावणीमुळे ती शांत होते.

एकदा अविनाशचे वडील अगदी आनंदी चेहऱ्याने घरी परततात. घरच्यांना हा धक्का असतो! विचारल्यावर म्हणतात, 'मुलाला चांगले स्थळ सांगून आले आहे. कुठे आहे तो? आधी पेढे आणा, पेढे. अहो, एकुलती एक पोरगी सांगून आलीय त्याला. तिला पाहायचा कार्यक्रम करायचाय आता.' आजारी पत्नी आणि धाकटा मुलगा-मुलगी हरखून जातात!

अविनाश घरी आल्यावर वडिलांसह सारेच आनंदात असल्याचे पाहून त्याला हलके वाटते. सगळे त्याच्या भोवती गोळा होतात. त्या वेळी धाकटी बहीण वडिलांना म्हणते, 'बाबा, दादाने तर आधीच ठरवलेय त्याचे लग्न! वडील खवळून उठतात. 'अरे, चांगली सोन्यासारखी पोर सांगून आलीय तुला. भरपूर इस्टेट आहे पोरीची. लग्नानंतर चांगला दवाखाना टाकशील तू. आहेस कुठे तू? आणि हे काय? परस्पर कुठल्या पोरीशी जमवलेस तू? कोण आहे ही मुलगी?' यावर लगेच धाकटी बहीण म्हणते, 'काय बरं त्या बाईंचं नाव? आमच्या शाळेत आम्हाला तपासायला आल्या होत्या बरं का त्या! हां, इरावती, इरावती मॅडमच त्या. काय रे दादा, बोल ना?...' दादा आपला गप्पच!

मात्र हीच मुलगी असते वडिलांनी सांगितलेली! लहान भाचे आणि धाकटी बहीण-भाऊ अविनाशभोवती पिंगा घालू लागतात. आजारी आई उठून बसते! आणि वडिलांचा आनंद तर बघायला नको! लगेच ते अविनाशला बजावतात, ''जा, जा, तू त्यांच्या मुलीला घेऊन ये पाहू...''

तो पडत्या फळाची आज्ञा घेऊन निघतो. मुलीच्या घरीही आनंदी वातावरण आहे. भाचीच्या सुखात तिचा आनंद सामावलेला आहे. खरे तर तिचा एक पुतण्या लग्नाचा आहे (रमेश देव) चांगला व्यवसाय करतोय. मोठे दुकान आहे त्याचे. तो यांच्याकडे येतो-जातो. दोघांचे जुळविण्याचे मावशीने प्रयत्न केलेत. पण भाचीचे प्रेम पक्के झाले आहे. तिच्या मनात आता दुसरा कोणी नाही. मावशी हे जाणते. म्हणून मुलीच्या इच्छेप्रमाणे व्हावे असे ठरवते.

अविनाश आपल्याला त्याच्या घरी घेऊन जाणार, पूर्वी आपण ठरवूनही जे घडले नाही, ते घडणार याचा तिला अत्यानंद झाला आहे. त्या आनंदात ती सजून तयार होते. वाट पाहू लागते अविनाशची... तिच्याकडे निघालेला अविनाश तिला आवडणारी

फुले-गजरे घेत असताना अचानक रस्त्यावर सुसाट येणारे वाहन त्याला दिसते. एक लहान मूल त्याच वेळी रस्ता ओलांडताना तो पाहतो आणि त्याच्याकडे झेपावतो! त्याक्षणी मोठा अपघात होतो. नायक कोसळतो. मूल सुखरूप राहते. मग हॉस्पिटलमध्ये त्याला उपचारासाठी नेले जाते. डोक्यावर मोठा आघात झाल्याने शर्थ करूनही डॉक्टर अविनाशला वाचवू शकत नाहीत.

ही दुर्दैवी घटना दोन्ही कुटुंबांना दुःखी करते. आपल्या सुंदर स्वप्नांची राखरांगोळी झालेली इरावतीला सहन होत नाही. तिला जबर धक्का बसला आहे. ती खाणे-पिणे टाकते. मावशी खूप समजावते. तिचा पुतण्याही समजावतो. त्याचा उपयोग होत नाही. हीच स्थिती अविनाशच्या घरी झाली आहे. मुलगा गेल्याचा धक्का एकट्या बापालाच नाही तर पूर्ण कुटुंबाला झाला आहे. लवकरच पोरगा डॉक्टर होईल. दवाखाना घालेल. कर्ज फेडून आपल्याला व सगळ्या गरीब कुटुंबाला चांगले दिवस दाखवील, हे वडिलांचे स्वप्न आता दुभंगून गेले आहे.

पुन्हा ते गरीब कुटुंब आपले जीवन जगू लागते. चारी बाजूंनी त्यांचे हाल सुरू होतात. एकाकी अवस्थेत असलेली इरावती हळूहळू वास्तवाचा विचार करते आहे. कसे असेल ते कुटुंब? तिचे भाबडे मन तिला सांगते, 'आपले लग्न तर त्याच्याशी लागणार होते ना? आज तो जरी जगात नाही. तरी त्याची माणसं माझी माणसं नाहीत? ते घर माझं नाही?' एकदा ती मनाशी ठरवून आपल्या भावी (गेलेल्या) नवऱ्याच्या घरी जाते. तिथे अविनाशचे वडील तिला अपमानित करतात. निराश होऊन ती निघते. या तापट वडिलांची पत्नी (म्हणजेच अविनाशची आई) आजारी आहे आणि आता मरणपंथाला लागली आहे. डॉक्टर म्हणून इरावती तिची काळजी घेऊ पाहते. वडिलांना मात्र ही तिथे नको आहे.

इरावतीची मावशी तिच्या दुःखावर फुंकर घालत असतेच. अधूनमधून तिचा पुतण्याही येतो तिचे मन वळवायला. आता या दुःखातून बाहेर यायला हवे, कामात मग्न राहायला हवे, हे दोघांचे म्हणणे तिला पटले आहे. हळूहळू इरावती सावरते. धीर द्यायला येणाऱ्या मावशीच्या पुतण्याला ती प्रतिसाद देऊ लागली आहे.

आता इरावती डॉक्टर झाली आहे. परीक्षेत पहिली आली आहे. पण? पण तिला या परीक्षेतील यशाचा आनंद नाही आहे. तिला मधूनच आपला सखा आठवतोय आणि ती हरवून बसते आहे स्वतःला!

आपले नवे आयुष्य सुरू व्हावे, आपण दवाखाना घालून रुग्णसेवा करावी, जेणेकरून शिक्षणाचा उपयोग होईल आणि आपण कामात मग्न राहू... हे इरावतीचे विचार प्रत्यक्ष कृतीत उतरतात, म्हणजेच ती दुःखातून सावरते आणि डॉक्टरकी चालू करते. तिचा दवाखाना सुरू होतो.

इरावतीचा स्नेही (मावशीचा पुतण्या) तिच्या अवतीभोवती आहेच. पण एका प्रसंगाने त्याला जाणीव होते की, ही इरावती तिच्या गेलेल्या प्रिय सखयात घट्ट गुंतून गेली आहे. मनाने तिने अविनाशशीच लग्न केले आहे. तो स्वतःहून मग बाजूस होतो.

आणि शेवटी? शेवटी नायिका इरावती ज्यांना 'माझं घर, माझी माणसं' समजते, ती माणसे तिला सामावून घेतात! तिचे दुःख कितीतरी हलके झाले आहे. अविनाशशिवाय समोर आलेला हा संसार इरावतीने मनापासून स्वीकारला आहे!

हा जुना चित्रपट आहे. तो काळ, ती माणसं, एक गरिबी व व्यथेची सोबत असलेले कुटुंब, तर दुसरे श्रीमंत पण सुसंस्कारित ममतेने भरलेले! या चित्रपटातील सारे कलावंत जीव ओतून काम करतात. संगीताबद्दल सांगायचे तर सुधीर फडके यांची मधुर गीते भावतात मनाला. लता व सुधीर फडके, शिवाय काही गीतांना फडके यांच्या पत्नी आणि त्यावेळच्या सुप्रसिद्ध गायिका लीलावतींनी स्वरबद्ध केले आहे. पार्श्वसंगीताचा मात्र चित्रपटात माफक वापर आहे. अरविंद गोखले यांच्या 'अविधवा' या कथेचा प्रभाव पूर्ण चित्रपटभर जाणवतो. याचे श्रेय जाते दिग्दर्शक राजा ठाकूर यांच्याकडे. हा चित्रपट मनाला चटका लावून जातो.

• • •

चित्रपटगप्पा - २

आपल्या भारतामध्ये बालमजुरांना राबवून घेणे व त्यांचे लैंगिक शोषण करणे अशा गुन्हेगारांविरुद्ध सरकारने कडक कायदे केले आहेत; पण बालमजुरी आणि मुलांच्या लैंगिक शोषणाची समस्या काही अजून संपलेली नाही.

या गंभीर समस्येची सोडवणूक करण्यासाठी कैलास सत्यार्थी यांनी अथक प्रयत्न केले आहेत. ते एक सहदयी समाजसेवक आहेत. 'बचपन बचाओ आंदोलन' ही त्यांचीच संकल्पना होती. ८०,०००हून अधिक मुलांना त्यांनी बालमजुरीच्या 'वेठबिगारी'तून सोडविले आहे. त्यांच्या या विशेष कार्याचा गौरव जागतिक स्तरावर झाला आहे. १९९४मध्ये कैलास सत्यार्थी यांना शांततेचा नोबेल पुरस्कार देऊन गौरविण्यात आले होते.

या कर्तृत्ववान व्यक्तीच्या कार्याची ओळख करून देणारा प्रबोधनपर हिंदी चित्रपट आहे 'झलकी'. हा चित्रपट आपल्यापुढे बालमजुरीची समस्या मांडतो. गरीब बालमजुरांविषयी संवेदना जागृत करणारा हा लक्षवेधी चित्रपट आपण जाणून घेऊ या.

झलकी

दिग्दर्शक - ब्रह्मानंद एस. सिंग

प्रमुख भूमिका- बोमन इराणी, आरती झा, गोरक्ष सपकाळ, गोविंद नामदेव.

उत्तर प्रदेशातील मिर्झापूर शहर परिसरात ही घटना घडते. हातमाग-विणकाम व्यावसायिकांना कामासाठी लहान मुले पुरवणारा एक दलाल वारंवार गावात येऊन गरीब गावकऱ्यांना पैशाची लालूच दाखवतो. त्यांना थोडी रक्कम देऊन तो मुले चक्क विकत घेतो! हातमाग-विणकामाची मजुरी करण्यासाठी या गरीब मुलांचा वापर होतो. या कोवळ्या मुलांना राबवून घेणारे व त्यांच्यावर दहशत ठेवणारे लबाड व्यावसायिक मिर्झापूरमध्ये सक्रिय आहेत.

या चित्रपटाची नायिका एका बालमजुराची बहीण आहे. अतिशय गरीब परिवारातील 'झलकी' अवघी नऊ वर्षांची आहे. हतबल वडिलांनी तिच्या लहान भावाला - बाबूला कामासाठी विकले आहे. झलकीचे लहान भावावर जीवापाड प्रेम आहे. बाबूला नेल्यापासून ती दुःखी व अस्वस्थ झाली आहे. हुशार आणि धाडसी स्वभावाची 'झलकी' बाबूला शोधून काढायचे ठरवते.

ती शहर गाठते. तिचे प्रामाणिक प्रयत्न जवळून पाहणारा गरीब वयोवृद्ध रिक्षा चालक तिला मदत करायला पुढे येतो. त्याच्या मदतीने झलकी कलेक्टर साहेबाला भिडते. सुरुवातीला तिला हाकलून देणाऱ्या कलेक्टरकडेच तिला आश्रय मिळतो. कारण झलकीने चतुराई दाखवून कलेक्टरच्या बायकोचे मन जिंकले आहे. आपल्या मुलांच्या देखभालीसाठी कलेक्टरच्या बायकोने आग्रहाने झलकीला ठेवून घेतले आहे. कलेक्टरच्या मनात झलकीविषयी माया आहे. पण तो पुरेसा गंभीर नाही. पत्नीच्या आग्रहाने मात्र तो यात लक्ष घालायचे ठरवतो. तिच्या भावाला शोधण्याचे प्रयत्न सुरू होतात. शहरातील प्रमुख पोलीस अधिकारी चतुर व लाचखोर आहे. झलकीने बाबूच्या कामाचे ठिकाण शोधून काढले आहे; पण हा पोलीस अधिकारी त्या व्यावसायिकांना सावध करतो. धाड टाकूनही उपयोग होत नाही. हाती ताकद असूनही आपल्या हरवलेल्या भावाला शोधण्याचा प्रामाणिक प्रयत्न न करणाऱ्या उच्चभ्रू अधिकाऱ्यांना झलकी वारंवार जाब विचारते. एक महिला पत्रकार व प्रामाणिक समाजसेवक (सत्यार्थी) झलकीच्या पाठी ठाम उभे राहिले आहेत. आता झलकीला बळ मिळाले आहे.

झलकीचे अहोरात्र प्रयत्न आणि पत्रकार महिला तसेच समाजसेवींच्या पाठपुराव्यामुळे कलेक्टर व पोलिसांची दोषी व्यावसायिकांवर कारवाई सुरू होते. त्यांचेवर गुन्हा दाखल झाल्यावर कोर्टात खटला सुरू होतो. पण खोटी नोंदवही आणि पेपर्सच्या जोरावर तो लबाड व्यावसायिक कोर्टात निर्दोष सुटतो!

आपला भाऊ बालमजुरीतून मुक्त झाला याचा झलकीला आनंद झाला आहे, तरी कोर्टाचा निकाल ऐकून झलकी संतापते. ती सरळ चप्पल फेकते कोर्टावर!

झलकीचा भाऊ बाबूच नव्हे, तर असंख्य लहान मुलांना मजुरीसाठी राबवून घेणाऱ्या मुजोर व्यावसायिकांविरुद्ध सुरू झालेल्या चळवळीला मिळालेले हे छोटेसे यश 'झलकी'मध्ये दाखवले गेले आहे.

कैलास सत्यार्थी यांच्या चांगल्या कार्याची थोडक्यात ओळख करून देणारा 'झलकी' तुम्ही जरूर पहा.

•••

चित्रपटगप्पा – ३

शेखर कपूर दिग्दर्शित 'बँडिट क्वीन' हा चित्रपट मी दोनदा पाहिला. एकदा 'प्रभात' आयोजित विशेष कार्यक्रमात २०१२मध्ये व त्यापूर्वी पब्लिक थिएटरमध्ये १९९६मध्ये.

आयुष्यात खूप दु:खं भोगलेली एक स्त्री पुढे काय करू शकते, हे डाकू फूलन देवीने जगाला दाखवून दिले आहे. दुःख भोगल्यानंतरचे आयुष्यही तिच्या बाबतीत कठोर व दुदैंवी निघाले. याचे चित्रण करणारा 'बँडिट क्वीन' चित्रपट समाज संवेदना जागृत असणाऱ्या प्रेक्षकाला आतून-बाहेरून अस्वस्थ करतो. यातील चित्रण एवढे भीषण व वास्तववादी आहे, की त्याचे इतर कलात्मक अंग व वैशिष्ट्य गौण ठरते.

आज इतक्या वर्षांनीदेखील आपल्या देशातील ग्रामीण स्त्रियांचे हाल संपलेले नाहीत. त्या अन्याय सोसत जगत आहेत. 'प्रसारमाध्यमे' प्रामाणिकपणे व न घाबरता स्त्रियांच्या अन्याय प्रकरणात जाहीरपणे वाचा फोडू शकतात. त्यांचा प्रभाव नक्की पडतो. त्यामुळे लोक जागे होतात. समाजात अन्यायाविरुद्ध उठाव सुरू होतो. सुस्त प्रशासकीय यंत्रणेला दखलही घ्यावी लागते. मीडियाइतकेच 'चित्रपट' हे प्रभावी 'माध्यम' आहे. समाजभान ठेवून निर्माण केलेला दर्जेदार चित्रपट समाजाला जागृत करतो व समाजात बदल घडवून आणू शकतो.

'बँडिट क्वीन' या चित्रपटाने कित्येक संवेदनशील प्रेक्षकांना अस्वस्थ केले होते.

हा 'वास्तवदर्शी चित्रपट' पाहून तुम्हीसुद्धा अस्वस्थ व्हाल...

बॅंडिट क्वीन

दिग्दर्शन : शेखर कपूर

संगीत : नुसरत फतेह अली खान

प्रमुख भूमिका : सीमा विश्वास, नवीन पांडे, मनोज वाजपेयी व रघुवीर यादव

'फूलन देवी' हा फूलन या पूर्वाश्रमीच्या डाकू तरुणीच्या आयुष्यात घडलेल्या भयाण हकिकतीचे चित्रण करणारा चित्रपट आहे. ही फूलन नंतर सरकारला शरण आली. तिने दिवंगत बहिणीच्या नवऱ्याबरोबर संसारही सुरू केला. नंतर ती राजकारणात शिरली होती. दुर्दैवाने काही वर्षांनी तिची हत्या झाली व तिची कारकिर्द संपली.

संसार करणारी फूलन ही दरोडेखोर कशी झाली? तिने एवढे खून का केले? या प्रश्नांची उत्तरे आपल्याला 'फूलन देवी' पाहताना मिळतात. या चित्रपटात सतत समोर दिसणाऱ्या भीषण घटना प्रेक्षकाला अस्वस्थ करतात.

लहानपणी फूलनचे लग्न झाले, तेव्हा प्रौढ वयातील नवऱ्याने केलेली भोग- जबरदस्ती व छळ तिच्या मनात अंगार व द्वेष फुलवीत होता.

एकदा गवताचे भारे नेताना गावसरपंचाच्या लंपट मुलाने बळजबरी करून नंतर फूलनवर केलेल्या घाणेरड्या आरोपाने तिचे मन कष्टी झाले. या प्रकारानंतर सरपंचाकरवी छोटी पंचायत बोलावून फूलनवर खोटे ताशेरे झाडले गेले. यामुळे तिची आणखी घुसमट झाली. नवऱ्याचा आधारही तुटला होता.

अशा स्थितीत दरोडेखोरांच्या एका टोळीकडून फूलनला पळवण्यात आले. तिथेही बळजबरीचा प्रकार टोळीच्या नायकाकडून घडला. ते कृत्य टोळीतल्या एका तरुणाला सहन झाले नाही. त्यातून हाणामारी झाली व टोळीच्या नायकाला गोळी घालून ठार मारण्यात आले. मग तो तरुण टोळीचा नायक बनला. फूलन त्या टोळीत सामील झाली.

फूलनच्या विरोधातला ठाकूर व त्याचे गुंड यांचेकडून टोळीच्या नवीन प्रमुखाला मारण्याचा प्रयत्न झाला. पण फूलनने पाळत ठेवून जखमी टोळी प्रमुखाला वाचवले. त्याला गुपचूप शहरात नेले. मात्र तिथे उपचार करणारा डॉक्टर पैशाच्या आशेने त्रास देऊ लागल्यावर नाईलाजाने दोघे परत फिरले. त्यांच्यावर पाळत ठेवली गेली आणि संधी साधून त्या नवीन तरुणाची (नायक) हत्या करण्यात आली.

त्यानंतर फूलनला पळवले गेले. ठाकुराची माणसे व त्यांचा नायक यांनी फूलनला एका अंधाऱ्या खोलीत नेऊन बांधले. तिच्यावर सामूहिक बलात्कार करण्यात आला. त्यानेही त्यांचे मन भागले नाही. मुख्य ठाकूर तिला म्हणाला, 'तहान लागलीय मला. पाणी आण जवळच्या विहिरीतून.' ती रडली व 'नाही' म्हणाली, तेव्हा तिला मारहाण झाली. शेवटी ती विहिरीकडे जायला निघाली.

नराधमाने फूलनच्या वस्त्राला हात घालून तिला पूर्ण नग्न केले. सुन्न अवस्थेत फूलन पाणी आणायला निघाली, त्या वेळी त्या नराधमाने पुढे येऊन तिचे केस पकडून तिची धिंड काढली! हा प्रकार गावातले लोक हतबुद्ध होऊन बघत होते!

फूलनच्या आयुष्यातला हा प्रसंग चित्रपटातील सगळ्यात गंभीर प्रसंग आहे. पूर्ण नग्न झालेली दुर्दैवी स्त्री पाहताना मन विषण्ण होते, चीड येते त्या ठाकुराची आणि हतबल झालेल्या बघ्यांची.

अगोदरच्या एका प्रसंगात फूलनला पोलीस पकडतात, तेव्हा तेसुद्धा अत्याचार करतात.

हे सगळे भोग फूलनला बदला घेण्यास प्रवृत्त करतात. नवऱ्याने केलेल्या जुलमाचाही फूलन बदला घेते. टोळीच्या नायकाला व साथीदारांना घेऊन नवऱ्याच्या घरी जाते. त्याला गाढवावरून उलटी धिंड काढायला लावते. नंतर त्याला एका झाडाला बांधते. बंदुकीच्या दस्त्याने त्या नवऱ्याला बुकलून काढते, अगदी रक्तबंबाळ होईपर्यंत! हे करत असताना एकीकडे ती दुःखाने रडतही असते.

अत्याचारामुळे पेटून उठलेली फूलन मोठ्या टोळीच्या नायकाकडे जाऊन तिची कैफियत मांडते. टोळीचा नायक फूलनला काही माणसे देतो. त्यांना घेऊन ती गावात जाते. समोर दिसलेल्या अत्याचारी ठाकुरांना ठार मारले जाते.

हे हत्याकांड घडल्यानंतर पोलीस यंत्रणा सगळ्या टोळीच्या पाठी लागते. पोलीस अधिकारी व्यवस्थित जाळे पसरतात व फूलनसह सर्वांना शरण येण्याचे जाहीर आवाहन करतात. फूलन देवी शरणागत होते. मुख्यमंत्र्यांच्या पायाशी साथीदारांसह रायफल ठेवून ती पाया पडते, तेव्हा जमलेले लोक फूलनचा जयजयकार करतात. त्या वेळी शरणागत साथीदारांचे पुनर्वसन, त्यांना हक्काचा जमीनजुमला व शेती-निर्वाहाची फूलन मागणी करते. येथे चित्रपट संपतो.

हा चित्रपट प्रेक्षकांना सुन्न व अस्वस्थ करणारा चित्रपट आहे. थेट नग्न धिंडीचे दृश्य दाखवणारा हा पहिला भारतीय चित्रपट असावा.

मात्र, 'स्त्रीवर्गाला न्याय देणारा हा चित्रपट, त्यातील काही प्रक्षोभक दृश्यांमुळे त्यांच्या विरोधात दाखविला जातोय, त्यात स्त्रियांची जास्त अवहेलना होत आहे, काही समाजाबद्दल त्यात अन्यायकारक चित्रण आहे,' असे विविध आरोप करत काही व्यक्ती व संस्था कोर्टात गेल्या. त्यामुळे, चित्रपटाच्या जाहीर प्रदर्शनावर त्या वेळी बंदी आली होती. नंतर सेन्सॉर बोर्डाकडून बऱ्याच चित्रणात काटछाट होऊन 'फूलन देवी' प्रदर्शित झाला.

दिग्दर्शक शेखर कपूर यांनी तेव्हा प्रेक्षकांना एका वृत्तपत्र मुलाखतीत आवाहन करून म्हटले होते की, 'हा चित्रपट थिएटरमध्ये पाहू नका. व्हिडिओवर पहा. थिएटरमध्ये

केलेली काटछाट माझ्या चित्रपटातील मुख्य गाभा नाहीसा करतेय. आता यापुढे मी भारतात चित्रपट काढणार नाही, कारण इथे माझ्या कामाचे चीज नाही. मला इथे न्याय मिळत नाही...'

पण 'पब्लिक' थिएटरमध्ये निम्मा प्रेक्षकवर्ग हा गंभीरपणे चित्रपट बघत नाही, त्याला स्वतःचे मनोरंजन हवे असते. हा चित्रपट माझ्या मित्राने मेट्रोमध्ये पाहिला, त्या वेळी 'फूलन देवी' मधील शिव्यांची दृश्ये व अत्याचाराचे चित्रण पाहताना थिएटरमध्ये प्रेक्षक शिट्ट्या वाजवत होते! हे दुर्दैवी आहे.

या चित्रपटात प्रत्येक कलावंताने मेहनत घेऊन चांगला अभिनय केला आहे. चेहऱ्यावर असह्य, दुःखीकष्टी भाव व प्रसंगी संवेदनाहीन होऊन क्रूरता दाखवणारी प्रमुख भूमिकेतील सीमा विश्वास ही तर उत्कृष्ट अभिनेत्री आहे.

या चित्रपटाचा विषय गंभीर असल्याने त्यात संगीतास विशेष वाव नाही. मात्र दुर्दैवी घटनेचे चित्रण दाखविताना कारुण्यमय पार्श्वसंगीत तो प्रसंग गंभीर करते.

राष्ट्रीय तसेच आंतरराष्ट्रीय पुरस्कार मिळालेला हा चित्रपट आपण जरूर पाहावा.

•••

हिमयात्रा

निसर्ग सहवास लाभावा म्हणून आपण रम्य अशा डोंगर-दऱ्या आणि हिरवाईने गच्च भरलेली जंगलं फिरू लागतो, भटकू लागतो. अन् अशी भटकंती करता करता जणू निसर्गमयी होऊन जातो! याच मनसोक्त फिरण्यातून साहस अंगावर घेत आपली पावलं नकळत सीमापार होतात. काव्याकभिन्न सह्याद्रीच्या कुशीतून थेट शुभ्रधवल हिमालयाकडे आपण झेपावतो!

हिमालय - या कैलासपती हिमालयाच्या शिखररांगा जगभरात जवळपास पाच देशांतून जातात. नेपाळ, चीन, भूतान, पाकिस्तान आणि आपला भारत देश! या भारत देशातील हिमाचल प्रदेश, जम्मू-काश्मीर, सिक्कीम, पश्चिम बंगाल, उत्तराखंड या प्रदेशांत हिमालयाचे अगाध वास्तव्य आहे. एकट्या उत्तराखंडात नीळकंठ, स्वर्गरोहिणी, कामेत, शिवलिंग, कालानाग, भगीरथ, मेरु, सुदर्शन, जोगीन, गंगोत्री, रुदुगैरा (Rudugaira) अशी मनोहर नावं असलेली उत्तुंग हिमालयीन शिखरे दिमाखात उभी आहेत!

पण ही हिमशिखरे सहजसाध्य नसतात, बरे का! त्यासाठी साहसी गिर्यारोहण मोहिमा आखाव्या लागतात. खूप तयारी करावी लागते. सराव करून आपला अनुभव वाढवावा लागतो. चांगली टीम असावी लागते. आवश्यक सामान, गिर्यारोहणाची सामग्री सोबत घ्यावी लागते. प्रथमोपचार व औषधे, तसेच ताकद देणारे अन्नपदार्थही सोबत ठेवावे लागतात. इथे आपली कसोटी असते. मात्र सर्व अडथळे पार करत उत्तुंग अशा हिमशिखराचा माथा गाठण्याचे आपले लक्ष्य पूर्ण झाले, की जग जिंकल्याचा आनंद आपल्याला होतो. अशी असते हिमयात्रा!

आज आपण अशाच एका हिमशिखर मोहिमेची सफर करणार आहोत. चला तर...

भव्य हिमालय तुमचा अमुचा...

गढवाल परिसरातील रुद्‌गैरा. या १९,०९० फूट उंचीच्या उत्तुंग हिमशिखरावर चढाईची मोहीम महाराष्ट्रात सुपरिचित असणाऱ्या 'साद माउंटेनिअर्स' या संस्थेने आखली होती. त्यात मी एक सहभागी गिर्यारोहक होतो. या साहसी मोहिमेची तयारी तीन महिन्यांपासून सुरू होती. आवश्यक धान्य खरेदी, पॅकिंग, प्लॅस्टिक शीट्स, रेल्वे बुकिंग, आर्थिक मदत, गिर्यारोहण साधने मिळविणे, इत्यादी कामे वेगाने सुरू झाली. कॅम्पिंग, खरेदी, गिर्यारोहण साधनांची जबाबदारी, पत्रव्यवहार, दैनंदिन अहवाल, वैद्यकीय सेवा, अर्थ-हिशेबाची जबाबदारी, अशा सर्व लहानमोठ्या जबाबदाऱ्या सहकाऱ्यांवर सोपविण्यात आल्या आणि सुसज्ज होऊन मोहिमवीर रुद्‌गैरा मोहिमेवर निघाले.

या मोहिमेत आम्ही एकूण अठरा जण होतो. मोहिमेचे नेतृत्व स्वीकारले होते अनुभवी गिर्यारोहक राजन देशमुख याने. तर फील्ड ऑफिसर होते, दिवंगत शिवसेना नेते आणि शिवभक्त आमदार (माजी कामगार मंत्री) साबीर शेख. मुंबईतून रेल्वेने प्रयाण झाले दिल्लीकडे, तिथून हरिद्वार व नंतर उत्तरकाशीपर्यंत बसने आमचा प्रवास झाला.

उत्तरकाशीविषयी खूप सांगण्यासारखे आहे. हे छोटे, पण महत्त्वाचे शहर आहे. इथे श्रीकाशीविश्वेश्वराचे भव्य व प्राचीन असे शिवमंदिर आहे. हिंदूंचे आद्य गुरू श्रीशंकराचार्य यांचे पीठ, जगात प्रसिद्ध असलेली नेहरू इन्स्टिट्यूट ऑफ माउंटेनिअरिंग (NIM) ही गिर्यारोहकांना शास्त्रशुद्ध प्रशिक्षण देणारी मान्यवर संस्था इथे आहे. याच संस्थेचे प्राचार्य कर्नल जे. के. बजाज यांनी मोहिमेसाठी आवश्यक असलेली गिर्यारोहण साधने आम्हाला उपलब्ध करून दिली.

उत्तरकाशीतले आमचे वास्तव्य तीन-चार दिवस होते. इथे संस्थेने शिवप्रभूंची जयंती उल्हासात साजरी केली. नंतर एका सुंदर अशा ठिकाणी पदभ्रमणाला जायचे ठरले. 'धोदिताल' हे ते रम्य ठिकाण! तिथे जाण्यासाठी उत्तरकाशी ते संगम चट्टी असा एक तासाचा बस प्रवास करावा लागतो. त्यानंतर खरा ट्रेक सुरू झाला.

भरगच्च हिरवळ, मोठमोठ्या दऱ्या, जोशपूर्ण प्रवासाची नदी. एकीकडे सततची चढण. वळणदार पण काहीशा बिकट वाटांनी पुढे जात राहिले की पुढे आगोडा हे टुमदार गाव लागले. तिथे मुक्काम केला. दुसऱ्या पहाटे सारे धोदितालच्या दिशेने मार्गस्थ झाले. वाटेत अचानक आलेला जोरदार पाऊस, कडाडणारी वीज स्वागताला होती. सगळे चिंब चिंब भिजले. याच अवस्थेत धोदिताल जवळ आले.

वाह! काय सुंदर आणि नयनरम्य ताल (सरोवर) समोर होते! शांत अन् पारदर्शक जललहरी. सभोवतााली शुभ्र हिमकणांनी तयार झालेले उंबरठे! छोटासा लाकडी पूल. त्याखाली वाहत असलेले खळाळते पाणी व पावसाची रिमझिम बरसात! सारे सहयात्री न्हाऊन निघाले या सोहळ्यात.

परतीच्या प्रवासात सगळा लवाजमा पुन्हा मजल दरमजल करत उत्साहाने संगम चट्टीकडे निघाला. बसने पुढे उत्तरकाशीस आलो. इथल्या मुक्कामात, रात्री सर्व आवराआवर केली आणि दुसऱ्या दिवशी पहाटे दहा भारवाहक (Low Altitude Porters), दोन विशेष भारवाहक (High Altitude Porters) व अठरा सादकरी, असा एकूण तीस जणांचा गट बसने गंगोत्रीस निघाला.

आम्हा भारतीयांच्या पवित्र गंगेचे उगमस्थान म्हणून प्रसिद्ध असलेले गंगोत्री हे छोटे गाव १०,३०० फुटांवर वसलेले आहे. इथून पुढे अठरा कि.मी.वर गंगेचा मूळ उगम असून त्यास 'गोमुख' म्हणतात. ही वाट काहीशी दुर्गम असल्याने तिथे सर्वच यात्रेकरू जात नाहीत. गोमुखाच्या पुढे तपोवन-नंदनवन ही अतिशय सुंदर, परंतु दुर्गम ठिकाणे आहेत. गिर्यारोहक, साधू-बैरागी आणि परदेशी साहसी पर्यटक यांची तिथे वर्दळ असते.

गंगोत्रीमधील एका आश्रमात आमचा मुक्काम झाला. इथे गिर्यारोहण मोहिमेची सर्व पूर्वतयारी पूर्ण करून आमची टीम रुद्रगैरा शिखराकडे निघाली. कोवळी सूर्यकिरणे अंगावर घेत आणि पाठीवर भारंभार ओझे घेतलेल्या सॅक्स घेऊन सगळे जण शिखराकडे मार्गक्रमण करू लागले. सुरुवातीला मोठी चढण लागली. त्यापुढे छोटा लाकडी पूल होता. या ठिकाणी अवचितपणे आमच्यातील एकाच्या हॅवरसॅकमधील मोठा प्लास्टिक कॅन पडला आणि खालून वाहणाऱ्या रुद्रगैरा उपनदीच्या जोरदार प्रवाहास मिळाला! तो परत मिळण्याची आशाच नव्हती! पूल सावधपणे ओलांडल्यावर पुन्हा चढण लागली. डावीकडे भयाण वेगाने वाहाणारी रुद्रगंगा व उजवीकडे उंच कातळ, मातीचे ढीग, की जे कोणत्याही वेळी कोसळत! या धुक्यामुळे सारी फलटण सावध चित्ताने वाट काढीत होती. सुदैव हे की, सभोवतालच्या बर्फाच्छादित निसर्गाचे मनोहर दर्शन होत होते.

पुढे माळरानासारखे पठार लागले. अर्थात चढण होतीच! हे सारे होईपर्यंत मध्यान्ह झाली. एव्हाना आम्ही 'खर्क' या पहिल्या ठरलेल्या मुक्कामात असावयास हवे होते. परंतु हवामान व शारीरिक त्रास यामुळे इथे जवळपास असलेली जागा पाहून तळ ठोकायचे ठरविले. तंबू ठोकण्याची कामे सुरू झाली. जागा कोठेच नव्हती. सगळीकडे भुसभुशीत बर्फ! तेव्हा काहीशी बर्फाळ जागा पाहून तंबू ठोकण्यात आले.

दिवसा बहुतेक जण थंडीमुळे थरथरत होते. मग रात्रीचे काय? स्वेटर, विंडचीटर, फेदर जॅकिट यांचा आधार घेऊन थंडीपासून बचाव करण्यात आला. जेवण करतानाही धावपळ उडाली! थंड वातावरणात स्टोव्ह लवकर तापत नाहीत. साहजिकच स्वयंपाक लवकर होत नाही. मात्र छोटा गॅसस्टोव्ह या बाबतीत उपयुक्त असतो. अर्थात तंबूत याचा वापर अतिशय सावधतेने करावा लागतो.

चहा-कॉफी, जॅम-ब्रेड, ड्रायफ्रुट्स इत्यादी तयार अन्नपदार्थांचा आस्वाद घेतच साऱ्यांनी आपली भूक भागवली. असा हा दिवस, नव्हे, रात्र आम्ही पहिल्या तळावर

(Camp) काढली.

दुसरा दिवस उजाडला. घड्याळात पावणेपाच वाजले होते. परंतु आसमंत आता स्पष्ट दिसत होता. उंचीवरील प्रदेशात सूर्यदर्शन लवकर होते. त्याचा हा परिणाम! सकाळचे सारे सोपस्कार अगदी नाश्त्यासकट आटोपले व पुढे निघालो. ठरलेल्या दैनंदिन कार्यक्रमानुसार आज बेसकॅम्पवर पोहोचणे महत्त्वाचे होते. मजल दरमजल करत ताफा पुढे निघाला. आमच्यापैकी काही जणांना उंचावरील वातावरणाचा त्रास होऊ लागला. डोके दुखणे, चक्कर येणे, उलटी होणे, असे प्रकारही सुरू झाले. पायांना फोड येऊन काहींची चाल मंदावली.

वाटेत एक उघडा गोलट आडोसा दिसला. छोटेमोठे खडक एकावर एक रचून तयार केलेले हे आडोसे मेंढपाळांसाठी उपयुक्त असावेत. या ठिकाणाला नाव होते 'खर्क १' (उंची अंदाजे १३, ५०० फूट).

आता सभोवताली हिमकणांची नुसती बरसात होती! गेल्या ऑक्टोबरमध्ये 'रुद्‌गैरा'चा पायथा (Base Camp) याच मार्गाने गाठला होता. परंतु आता सभोवताली असणाऱ्या बर्फमय चढणीने वाट चुकतोय की काय अशी शंका मनी आली! पण नाही. आम्ही योग्य वाटेवरच चालत होतो. कारण पुढे दूरवर स्पष्टपणे खुणावणाऱ्या बेस कॅम्पवरील उंच खडकांवर साऱ्यांचे लक्ष गेले. उत्साह वाढला.

दुपारी १.३५ वाजता पहिल्या चारजणांनी बेस कॅम्प गाठला व खालच्या इतर साथींनी 'साद' घातली. एकेक करत तीन वाजेपर्यंत सारे वर आले. एव्हाना पुढच्या तुकडीने दोन तंबू योग्य जागी लावलेदेखील! एकीकडे वाहणारा जोरदार वारा. नुकताच चालू झालेला हिमवर्षाव, यातच उंचावरील वातावरणाचा शरीराला होणारा त्रास, हा सारा अनुभव घेऊन 'साद'ने मोहिमेचा पहिला टप्पा तर यशस्वीरीत्या पार केला.

सुमारे १६,००० फूट उंचीवर असणारा हा मुख्य तळ (Base Camp) तसा प्रशस्त होता. पाचसहा तंबू लावण्याइतकी जागा तिथे होती. जोरात वाहणारा वारा फारसा उपद्रव देत नव्हता. येथून आपल्याला जोगीन-१, २, ३ व गंगोत्री-१, २, ३, या उत्तुंग हिमशिखरांचे मनोहर दर्शन होते.

या वेळी आमचे भारवाहक (Low Altitude Porters) मित्र मुख्य तळावर येत होते. पहिल्या तळावरील सामान मुख्य तळावर आणण्याची जबाबदारी त्यांच्याकडे होती. पहिल्या तळावर सामान बरेच असल्याने जमेल तेवढे या भारवाहकांनी मुख्य तळावर आणले. शिवाय गंगोत्रीस अजून सामान होतेच. गंगोत्रीहून निघालेले काही भारवाहक पहिल्या तळावर थांबून दुसऱ्या दिवशी मुख्य तळावर सारे सामान आणणार होते. मानेचे दुखणे अचानक उद्भवल्यामुळे आमच्याबरोबर गंगोत्रीहून येऊ न शकलेला सहयात्री नाना पाताडे त्यांच्याबरोबर उद्या येणार होता.

इकडे मुख्य तळावर एकीकडे स्वयंपाकाची तयारी चालली होती, तर दुसरीकडे चालून चालून थकल्यामुळे एकमेकांना तेलमालीश करणारे महाभाग होते, एकदोघे या थंडगार हवेत नुकत्याच होऊन गेलेल्या हिमवर्षावामुळे स्वच्छ झालेला आसमंत न्याहाळत होते!

साऱ्यांची जेवणे उरकली. उत्साहाने एकेक जण तंबूबाहेर पडू लागले. रात्र बहरण्यास प्रारंभ झाला व चांदण्याचे कवडसे पडून लखलखीत झालेला शुभ्रधवल 'हिमालय' अवघ्यांच्या दृष्टीत मावेनासा झाला. सारे अभिमानाने त्याचेकडे पाहत होते आणि हा भव्यतम हिमालय स्वागतस्मित करून कौतुकाने आमच्याकडे पाहत होता!

दुसरा दिवस उजाडला. आज पहिल्या तळावरून येणाऱ्या भारवाहकांना मदत व्हावी आणि येथील वातावरणाचा सराव व्हावा, या उद्देशाने आमच्यातील काही जण (म्हणजे शारीरिक त्रास न झालेले) पहिल्या तळावर निघाले. वाटेत काही भारवाहक मित्र भेटले. त्यांच्याकडील थोडाफार भार हलका केला. इतरांनी या तळावरील उरलेले सामान पाठीवर घेतले. पहिला तळ आवरून सर्व जण मुख्यतळावर निघाले. कठीण चढण, बर्फातील धोके, पाठीवर ओझे इत्यादी सारे अनुभवत मार्गक्रमण होत होते. हा त्रास आमचे फील्ड ऑफिसर साबीरभाई यांना सहन झाला नाही. तेव्हा त्यांनी पहिल्या तळावरूनच गंगोत्रीस परतण्याचे निश्चित केले होते. पहिल्या तळावर थांबून ते गंगोत्रीस परतले. मात्र साऱ्या साहसवीरांना शुभेच्छा द्यायला ते विसरले नाहीत.

मुख्य तळावरील सादकऱ्यांनी नानाचे उत्स्फूर्त स्वागत केले. मात्र भाईंना तब्येतीमुळे मोहिमेतून परत गंगोत्रीस जावे लागले, हे समजून सगळ्यांना हळहळ वाटली.

सर्व सामान आता मुख्य तळावर आले होते. त्यामुळे भारवाहकांना (L.A.P.) परत पाठविण्याचे ठरले. त्यांनी अल्पोपहार केला व साऱ्यांना मोहिमेच्या शुभेच्छा देऊन ते गंगोत्रीस निघाले. आता या मुख्य तळावर 'साद'चे सतरा जण, एक आचारी, दोन उच्च भारवाहक (H.A.P.) असा एकूण वीस जणांचा समूह होता.

वातावरणाचा कल पाहून येथून टप्प्याटप्प्याने 'रुदुगैरा' शिखर सर करण्याचा सादचा बेत होता. उद्या पहिली तुकडी पुढच्या तळावर निघणार असल्याचे जाहीर झाले. पूर्वतयारीही सुरू झाली. जरुरीचे सामान पॅक करणे, गियरोहण साधने तपासणे इत्यादी कामे आज करण्यात आली. परंतु दुसऱ्या दिवशी मात्र पुढच्या तळावर निघणे शक्य होईना. आसमंत आमच्यावर नाराज असावा. धुके, वाहते वारे व हिमवर्षावाची शक्यता ही लक्षणे म्हणजे वातावरण बिघडल्याची साक्ष होती. मीरा व देवी या दोन अनुभवी गियरोहकांशी चर्चा केल्यानंतर पुढच्या तळावर जाणे दुसऱ्या दिवसावर ढकलल्याचे मोहिमनेत्याने जाहीर केले.

आज दिवसभर बर्फात गियरोहणाचा सराव करायचा होता. बर्फात अपघात झाल्यास काय करायचे, आवश्यक असणारे दोर (Ropes), तसेच सुरक्षित गाठी

बांधणे, बर्फात कुदळ (Ice Axe) योग्य त-हेने कशी वापरावी इत्यादींचे प्रात्यक्षिक सुरू झाले. सुरुवातीस अपघात झाल्याचे प्रात्यक्षिक करताना कचरणारे, इतरांचे धाडस पाहून मुक्तपणे बर्फावरून घसरणे व कुदळीने स्वतःला सावरणे इत्यादी सराव आता बिनधास्त करू लागले! सारा दिवस यातच कारणी लागला.

दुसऱ्या सकाळी आम्ही पुढच्या तळावर जाण्यासाठी सज्ज झालो. अर्थात, सर्वच जण काही आज येणार नव्हते. एकूण दोन तुकड्या करण्यात आल्या होत्या. श्रीगणेशाची आराधना झाली आणि पहिली तुकडी पुढे जायला निघाली. मुख्य तळावरील साथी शुभेच्छा देऊ लागले.

कठीण चढण आणि सभोवताली असणारी हिमकणांची वाट! नागमोडी पद्धतीने एकेक पुढे जात होता. प्रत्येकाकडे बर्फातील कुदळ, पायात स्नो शूज व थंडी-उन्हापासून बचाव व्हावा म्हणून फेदर जॅकेट, गॉगल्सही होते. स्नो शूजना अद्याप क्रॅम्पोन्स (कठीण बर्फावर पाय ठेवून उभे राहावे म्हणून याचा वापर होतो) बांधले होते.

आमची पावले संथपणे, पण ठाम पडत होती. मात्र कधी अंदाज न आल्याने पटकन गुडघ्याइतके खड्ड्यात जाणे (तेसुद्धा पाठीवरील सॅकसकट) पाहिले व स्वतः अनुभवही घेतला. अर्थात एकमेकांचे साहाय्य हा या साहसी मोहिमेतील महत्त्वाचा दुवा! समोर डाव्या दिशेस दिसणारे 'रुद्रगैरा' आम्हाला खुणावू लागले. साऱ्यांना काहीसा उत्साह वाटला. पावलांत थोडी गती आली.

मध्यान्हीच्या वेळी आम्ही तळावर पोहोचलो. आमच्याबरोबर असणारे मीरा, देवी यांच्या मते इथेच मुक्काम असणे योग्य होते. तेव्हा आज या तळावर आपण राहणार असल्याचे नेता राजन देशमुख याने जाहीर केले.

सपाट जागा कोठेच नव्हती. काहीशी सुरक्षित वाटणारी जागा पाहिली व तिथे साचलेला बर्फ काढून, तर काही बर्फावर पावलांची ताकद वापरून तंबू लावण्याइतकी जागा करण्यात आली. सादचे छोटे तंबू (Dome Tent) दिमाखात उभे राहिले.

वाहत्या वाऱ्याचा परिणाम होऊन तंबू उडून जाऊ नये म्हणून रोवलेल्या खिळ्यांवर मोठे दगड लावण्यास आम्ही विसरलो नाही. तंबू छोटे असल्याने सर्वांच्या सॉक्स व इतर सामान बाहेर उघड्यावर प्लॅस्टिक शीट्स अंथरून त्यावर ठेवले. वर चांगले आवरण घातले व तंबूत गप्पा ठोकायला जमलो.

१७,५०० फूट उंचीवरील या इटुकल्या तंबूत दाटीवाटीने झोपण्याइतपत जागा झाली. आता साऱ्यांना भुकेची जाणीव झाली. वास्तविक उंचावर भूक मंदावते. पण आम्ही भक्षकांचे वंशज! तेव्हा करणार काय? बरोबर आणलेले लाडू, चकल्या, मिठाई, ड्रायफ्रूट्स, चॉकलेट, कॉफी, यांचा आस्वाद घेत चेष्टा विनोदाची मैफल जमविली व हळूहळू निद्राधीन झालो.

दुसरा दिवस उजाडला. पहिली तुकडी रुदुगैरावर आरोहण करण्यास निघाली. मध्ये कुठलाही मुक्काम न करता थेट शिखरमाथा गाठून पुन्हा खालच्या मुख्य तळावर जाण्याचा साहसी बेत आमच्या नेत्याने जाहीर केला.

एकूण नऊ जण पहिल्या तुकडीत होते. खरोखरच साहसी गिर्यारोहण होते हे. दूरवर दिसणारा शिखरमाथा जवळ यावा असे वाटत होते. पण शिखर आहे तिथेच होते. सगळे सावकाशपणे चालत होते. बरोबर घेतलेल्या आइस ऑक्सचा वापर सावधपणे करत एकेक जण शिखरमाथा जवळ करत होता. मध्येच एका ठिकाणी काही प्राणी कळपाने वावरताना दिसले. स्थानिक लोक त्यांना 'बरड' किंवा 'बरल' म्हणतात. एकीकडे काही जण उत्साहाने पुढे होत होते. तर दोन सादकऱ्यांना वातावरणाचा त्रास होऊ लागला. त्यांची गती मंदावली. इलेक्ट्रॉल पावडर, फळांचा रस त्यांना देण्यात आला. थोडा उत्साह आल्यावर धीम्या गतीने ते पुढे निघाले. मात्र एकाला पुढे जाण्याचा त्रासच होऊ लागला. अखेर आमचा एक सहयात्री - गुरुनाथ मालोंडकर याने त्याला मदतीचा हात दिला व ते दोघे खालच्या तळावर परतू लागले. त्यांना परतताना पाहून इतरांची निराशा झाली. पण इलाज नव्हता. शिखर हळूहळू जवळ येत होते. एक कठीण वळण पार केल्यावर माथा लागला. हे होते 'रुदुगैरा २'; अजून अर्ध्या तासाचा अवधी असावा.

दुपारचे दोन वाजले. सादचा साहसी गिर्यारोहक नाना पाताडे 'रुदुगैरा' हिमशिखरावर प्रथम पोहोचला! नंतर इतरांनी क्रमाक्रमाने माथा गाठला. नऊपैकी सात जण शिखरावर पोहोचले. प्रत्येक जण दुसऱ्याचे अभिनंदन करत होता. शिखरमाथा सुंदर आहे. पण इकडेतिकडे फिरण्यास योग्य नाही. प्रचंड उतरण असल्याने बर्फावरून जरा पाय निसटला, तर खोलवर असणाऱ्या बर्फाच्छादित दरीतच गच्छंती मिळेल, असे हे ठिकाण आहे. मात्र या वेळी हवामान चांगले होते. त्यामुळे सभोवतालची भव्य शिखररांग दिसू लागली. आमचा स्नेही मीरा या सुंदर शिखरांची नावे सांगू लागला. गंगोत्री-१, २, ३, जोगीन शिखररांग, थलेसागर, सुदर्शन, मात्री, चितबासा (तिबेट बाजू) अशी कितीतरी प्रसिद्ध हिमशिखरे आमचे दूरवरून स्वागत करू लागली.

बदलत्या हवामानाचा धोका पत्करून चालण्यासारखे नव्हते. प्रथम सर्वांनी भारताच्या तिरंगी ध्वजाची व सादच्या प्रतिक ध्वजाची उभारणी केली. त्यांना अभिवादन केले. छायाचित्रे घेण्यात आली. स्थानिक प्रथेनुसार मीराने शिखराची छोटी पूजा केली व या उत्तुंग शिखराचा निरोप घेत एकेक जण खाली उतरू लागला. आयुष्यात काहीतरी दिव्य केल्याची जाणीव प्रत्येकाच्या मनात होती.

साहसी मोहिमेचे यश मुख्य तळावरील इतरांना सांगायचे होते. विलक्षण थकवा असूनही वेगाने सारे जण खाली परतू लागले. मधल्या तळावर खालून आलेली दुसरी तुकडी विश्रांती घेत होती. त्यांना आमची चाहूल लागली व ते स्वागताला सामोरे आले.

त्यांनी घटकाभर विश्रांती घ्यायला लावली. साऱ्यांना मायेने खाऊपिऊ घातले व मुख्य तळावर निघालो तेव्हा निरोप दिला.

दुसऱ्या दिवशी सादचे नऊ साहसवीर व देवी मिळून दहा जण 'रुदुगैरा' आरोहणास निघाले. काल आलेले अनुभव साऱ्यांना येऊ लागले. निम्मे अंतर चालून झाले असेल, नसेल, दोघांना पुढे जाववेना! डोके गरगरणे, उलटी व थकावट, यामुळे त्यांनी परतण्याचा निर्णय घेतला.

बर्फातील पाऊलखुणा पाहत पाहत, मधूनच भोवतालचा रौद्रसुंदर निसर्ग अवलोकीत दुसऱ्या तुकडीतील सादकरी चालत होते. शिखरमाथा हळूहळू जवळ येत होता. मध्यान्हीचे पावणेदोन वाजले व आमचा सहयात्री सिराज ठक्कर शिखरावर पोहोचला! इतरांनी त्याचे हात उंचावून स्वागत केले. नंतर एकेक जण या शिखरावर येऊ लागला.

दहापैकी आठ जण शिखर सर करण्यात यशस्वी झाले होते. एकमेकांचे स्वागत, शिखरपूजा, छायाचित्रे इत्यादी सोपस्कार आटोपल्यावर भोवताली दूरवर दिसणाऱ्या उत्तुंग हिमालयाचे ओझरते दर्शन घेतले व खाली परतायला सुरुवात केली. वातावरण काहीसे स्वच्छ वाटले. साऱ्यांचा उत्साह आता वाढला. काहींनी घसरत घसरत खाली यायला सुरुवात केली. धोका नको म्हणून आइस ॲक्स होतीच. पण एकदा वेग घेतल्यावर ताबा सुटतो की काय असे वाटे. मग ब्रेक घेत घेत उतरू लागलो. खरोखर हा आनंद अवर्णनीय आहे! खाली तळावर आलो. स्वागत, खाणेपिणे झाले व खालचा तळ गुंडाळला. सारे जण मुख्य तळावर निघाले.

दुसऱ्या तुकडीत माझा समावेश होता. परतताना घडलेली एक संस्मरणीय घटना सांगावीशी वाटते. घसरत घसरत उतरण्याचा आनंद मी घेत होतो. एवढ्यात वरून कोणीतरी आवाज दिला की, 'सॅकमधून कॅरीमॅट (बर्फावर झोपताना वापरण्याची चटई) पडली आहे. पकड, पकड...' मी शरीराला ब्रेक दिला. डावीकडे पाहू लागलो. वेगात येणारी कॅरीमॅट खाली जाऊ लागली.

मी वाट बदलली आणि कॅरीमॅटच्या दिशेने निघालो. त्याच्या घसरण्याच्या वेगात मला ते पकडता आले नाही. अंतर वाढू लागले. माझे पाय बर्फात खोलवर रुतू लागले. इथे खड्डे असण्याची शक्यता होती. वरून मात्र काही समजत नव्हते. हे सर्व पार करत मी वेग वाढवू लागलो. परंतु विवरे असल्याच्या स्पष्ट खुणा मला दिसू लागल्या. मी त्या कॅरीमॅटचा नाद सोडला. सावधपणे परतून सरळ वाटेवर, म्हणजे सुरक्षित उतारावर आलो. पुन्हा घसरगुंडीचा अनुभव घेत एकदोन टप्पे पार केले. पुढे एका उतारावर विश्रांती घ्यावी म्हणून थांबलो. डावीकडे नजर गेली. वीस-बावीस फुटांवर ते कॅरीमॅट पडलेले होते!

कमीजास्त उंचीच्या बर्फामुळे ते अडकले असावे. पुन्हा मधले धोक्याचे खड्डे चुकवीत चुकवीत तिथे गेलो. ते कॅरीमॅट घेतले व सावधपणे वाटेला लागलो!

तर असा हा माझा अनुभव कायम लक्षात राहिला आहे.

मुख्य तळावर आमचे जल्लोषात स्वागत झाले. छान मेजवानी झाली! रंगीबेरंगी गप्पा, थरारक अनुभवकथन आणि टेपरेकॉर्डरद्वारे आमची मैफिल सुनहरी करणारे लता-रफी, किशोर, अझीझ या साऱ्यांनी आमची रात्र 'बहार' केली!

दुसऱ्या दिवशी विश्रांतीचा बेत होता. पण वाईट हवामानाचा धोका न पत्करता आम्ही मुक्काम आवरला व परतीचा प्रवास सुरू झाला. परतीची वाटदेखील सोपी नव्हती. बऱ्याच ठिकाणी बर्फ वितळून वाटा दिशेनाशा झाल्या होत्या. मीरा, देवी यांनी अंदाज बांधले व सारे उतरू लागले. गंगोत्री गाठणे आज तरी शक्य नव्हते. सायंकाळी एक छोटा तळ पाहून मुक्कामाचे तंबू ठोकले.

मोहिमेनंतर न मिळालेली विश्रांती, त्यातच आजचे प्रदीर्घ चालणे, याचा बऱ्याच जणांना त्रास झाला. सूर्यास्त होत होता. तरीही निम्म्याहून अधिक जण मुक्कामी आले नव्हते. पुढे आलेल्यांनी टॉर्च, खाणेपिणे घेतले व सोबत्यांना आणायला पुन्हा वर जाण्यास सुरुवात केली. वरून मदत करणारी चांदणी रात्र आणि साहसी मित्र, यांची मदत घेत एकेक जण तळावर आला. या मुक्कामीदेखील धमाल गाणी म्हणून आम्ही श्रमपरिहार केला!

दुसरी पहाट उजाडली. सादकरी गंगोत्रीकडे निघाले. अंतर फारसे नव्हते. पण कोसळलेल्या दरडीतून वाट शोधत पुढे चालावे (म्हणजेच उतरावे) लागत होते. लाकडी पूल चक्क तुटला होता! खालच्या रुद्रगंगा उपनदीवर बर्फाचा थर साचून टेकाड तयार झाले होते. त्यावर अगदी जपून पावले टाकली आणि पलीकडे आलो. शेवटची चढण पार केल्यानंतर गंगोत्रीच्या हद्दीत शिरलो.

फील्ड ऑफिसर साबीरभाई यांना झालेला आनंद कोणत्या शब्दांत सांगू? गंगोत्रीतील आमच्या मुक्कामी अवघा आनंदीआनंद साजरा झाला! रात्री गोड जेवणे झाली. भाई एकेकाचे अनुभव ऐकत होते. गप्पा रंगत होत्या.

अशी ही सुंदर रात्र सरली आणि दुसरा दिवस उजाडला. १ मे हा महाराष्ट्र दिन! आमच्या संस्थेने गंगोत्रीमध्ये हा दिन साजरा केला. श्रीगंगामातेच्या मंदिर प्रांगणात 'साद'चे साहसवीर सावधानच्या पोझमध्ये उभे आहेत, अन् शिवप्रेमी भाई साऱ्यांना शिवमुद्रा प्रदान करून साऱ्यांसह दणदणीत आवाजात म्हणत आहेत महाराष्ट्र गीत! हे गीत भव्य हिमालय ऐकतोय!...

• • •

इतिहासात – १

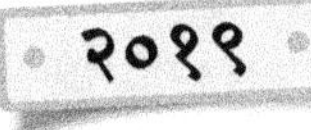

कर्तृत्ववान अशा शिवप्रभूंची प्रेरणा-शक्ती घेऊन पुढे निघालेल्या पराक्रमी छत्रपती संभाजी महाराजांचा स्मृतिदिन – ११ मार्च. त्यांचे पुण्यस्मरण करताना, आपल्या स्वराज्याचे सुराज्य करण्यासाठी निष्ठा, शिस्त आणि धाडस या तीन महत्त्वाच्या गोष्टी फक्त राजासाठी नव्हे, तर प्रजेसाठी, तसेच सेवकांसाठीही तेवढ्याच महत्त्वाच्या ठरतात, हे मी थोडक्यात सांगत आहे...

छत्रपती संभाजी – फक्त राजे? नव्हे, एक कर्तृत्ववान छावा...

छत्रपती शिवरायांना मानणाऱ्या प्रत्येक स्वराज्याभिमानी माणसाच्या हृदयात महाराजांचा शूर छावा, छत्रपती शंभुराजेदेखील आदरस्थानी असायला हवेत. मुंबई आणि महाराष्ट्रात एका टीव्ही चॅनेलवर शंभुराजांची कर्तृत्वगाथा दाखविली गेली.

ही मालिका घरोघरी पाहिली जात होती. शंभुराजांच्या आयुष्यात आलेली कित्येक संकटे त्यांनी इमानी, साहसी व जीवावर उदार झालेल्या शूरवीरांच्या मदतीने कशी जिकिरीने परतावून लावली, हे सर्व आपण या मालिकेच्या रूपाने पाहिले. शिवरायांनी विश्वासू अन् साहसी मावळ्यांच्या साहाय्याने उभे केलेले स्वराज्य अंतर्गत भेदी व स्वार्थी आप्त कसे उधळवून लावण्याचा प्रयत्न करतात, हे सर्व आपण पहिले. हे नाट्यमय व रंजक असले, तरी वास्तव होते. ते पाहून मन चिंतित होते.

पण हे पाहिल्यानंतर, प्रत्येक स्वराज्यप्रेमी माणसाच्या मनामध्ये मराठेशाहीच्या इतिहासाचे वाचन करायची ऊर्मी जागी व्हायला हवी. वाचलेला इतिहास नीट अभ्यासायला हवा. त्याचप्रमाणे, या शूर पिता-पुत्रांनी उत्तुंग आणि दुर्गम गिरिदुर्गांचे केवढे अफाट स्वराज्य उभे केले व सांभाळले होते, अशा ऐतिहासिक दुर्गांचे दर्शन घ्यायला हवे. विशेषतः त्यांचे जन्मस्थान किल्ले पुरंदर, यश-अपयशाची स्मृती जागविणारा रायगड, स्वराज्यशत्रू औरंगजेबाच्या शिपायांनी राजांना जेरबंद केले ते कोकणातील कसबा-शृंगारपूर (संगमेश्वर), आणि शेवटी हालहाल करून राजांच्या देहाची विटंबना केली

ते-वधू तुळापूर ही ठिकाणे अवश्य बघायला हवीत.

शंभुराजांविषयी मला सु. ग. शेवडे, वसंत कानेटकर, शिवशाहीर बाबासाहेब पुरंदरे या जाणकार लेखकांच्या पुस्तकांचे वाचन उपयोगी ठरत आहे. वेळोवेळी वाचले जाणारे वर्तमानपत्रांतील संबंधित विषयावरील लेखही मी जाणून घेत आहे.

शेवडे यांचे छोटेसे पुस्तक शंभूराजांच्या जन्मापासून मृत्यूपर्यंत अगदी व्यवस्थित माहिती देते. तर शिवशाहिरांनी शहाजीराजांपासून ते राजारामराजे यांचेपर्यंतची सर्व कारकिर्द ओघवत्या शैलीत शब्दबद्ध केलेली आहे. नाटककार वसंत कानेटकरांनी 'इथे ओशाळला मृत्यू' हे शंभुराजे किती तडफदार अन् साहसी होते याचे दर्शन घडविणारे व शेवटी सर्वांना अस्वस्थ करणारे ऐतिहासिक नाटक लिहिले आहे. इतर लेखनही शंभूराजांना आणखी जाणून घ्यायला उपयुक्त ठरणार आहे.

मात्र आपण असा कर्तृत्ववान छावा देवासमान मानतो, पण तोही एक माणूस आहे, त्याचेही काही गुण-दोष इतिहासामध्ये नोंदले गेले आहेत. त्याची सत्यासत्यता आपण नीट पडताळून पाहिली पाहिजे. अन्यथा पराक्रमींची आणि कर्तृत्ववानांची दोषांची बाजूच सर्वांसमोर येत राहील आणि त्यांच्या पराक्रमाला डाग लागेल. वसंत कानेटकरांनी आपल्या नाटकात व्यवस्थित अभ्यास करून शंभूराजांच्या पराक्रमाला चांगला न्याय मिळवून दिलेला आहे, असे माझे प्रामाणिक मत आहे.

अशा या शौर्यवान शंभुराजांना माझा त्रिवार मुजरा...

• • •

इतिहासात - २

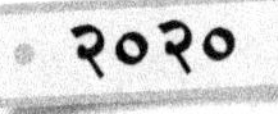

स्वातंत्र्यपूर्व काळात घडलेली एक दुर्दैवी घटना प्रत्येक राष्ट्रप्रेमी भारतीयांच्या मनी रुतून राहिली आहे. परकीयांनी आपल्या देशावर राज्य करताना माणुसकीला काळिमा फासली होती, हे जालियनवाला बागेत घडलेल्या अमानुष गोळीबाराने दाखवून दिले आहे. लहान-थोर, बाया-बापडे यांचा कसलाही विचार न करता अंदाधुंद गोळीबारामुळे एका निर्दयी आणि उद्दाम अशा ब्रिटिश अधिकाऱ्याने जालियनवाला बागेत सभेसाठी जमलेल्या सर्वांवर बेछूट गोळीबार करून निष्पाप जनतेची दुर्दशा केली.

मात्र, या हुतात्म्यांचे बलिदान वाया गेले नाही. भारतीय स्वातंत्र्यलढा अधिक तीव्र झाला आणि शेवटी आपले चंबू गबाळे घेऊन परकीयांना आपला देश सोडावा लागला. सारी जनता स्वतंत्र झाली. सर्वसामान्यांचे सार्वभौम राज्य देशभर अंमलात आले.

आज विकासाच्या गौरव टप्प्यावर पाऊल ठेवताना प्रत्येक राष्ट्रप्रेमी भारतीयाच्या हृदयामध्ये अमृतसरच्या जालियनवाला बागेतील हुतात्म्यांची आठवण जागती आहे.

१३ एप्रिल १९१९ - जालियनवाला बागेतील ती भयाण रात्र…

स्वातंत्र्यपूर्व काळात, १३ एप्रिल १९१९ या दिवशी घडलेली ही एक दुर्दैवी घटना आहे. 'आपल्या दोन मैत्रिणींना सोबतीला घेऊन हरवलेल्या पतीचा शोध घेण्यास एक वयोवृद्ध महिला दुःखी अवस्थेत घरातून निघाली होती. तिची पावलं जालियनवाला बागेकडे वळली. तिन्हीसांजेची वेळ होती. रस्त्यावर चिटपाखरूही नव्हतं. काही तासांपूर्वी हीच जालियनवाला बाग आपल्या नेत्यांची स्फुरणीय भाषणे ऐकायला गर्दीने फुलून गेली होती. आता मात्र ही वास्तू सुनसान झाली होती!

ती शोकग्रस्त महिला बागेत आली. तिच्या नजरेस, पाहावे तिथे अस्ताव्यस्त पसरलेली मृत शरीरे आणि रक्तबंबाळ अवस्थेत विव्हळत असलेले जखमी जीव दिसत होते!

त्या माणसांत तिला तिचा पती सापडला. पण तो मेला होता! ती वृद्धा प्रचंड हादरली. क्षणभराने मात्र ती भानावर आली. पतीच्या मृत शरीरापाशी जायला तिला

काही प्रेते आणि जखमी जीव ओलांडावे लागले. तिच्या दोन मैत्रिणीदेखील दुःखीकष्टी झाल्या होत्या.

आपल्या पतीला घरी न्यायला हवे, या जाणिवेने त्या वृद्धेने शोक आवरला. कोणी मदतीला मिळते का ते बघायला सुरुवात केली. दोन परिचित तरुण मुले तिला दिसली. ''अरे, मला एक खाट हवीय यांना घरी न्यायला. आणाल लगेच?''

'हो हो, आणतो...' असे म्हणून ती मुले निघून गेली.

आपल्या सोबतीला थांबलेल्या दोन्ही मैत्रिणींना समजावत वृद्धेने त्यांना घरी पाठवले. ती एकटीच त्या ठिकाणी राहिली. रात्रीचे आठ वाजून गेले होते.

अवतीभवती असलेले रक्ताचे पाट पाहताना, आपल्या पतीचे शरीर येथून हलवावे व थोड्या कोरड्या जागेत नेऊन ठेवावे, असे तिला वाटले. पण एवढे शरीर ती एकट्याने कसे उचलणार?

इतक्यात तिथे एक सरदारजी गृहस्थ आले. ते कोणाला तरी शोधायला आले होते. वृद्धेने त्यांना विनंती केली, ''अहो, मला हे प्रेत इथून थोडं हलवून जवळच्या कोरड्या जागेत ठेवायचंय. मदत करा ना जरा.'' ते लगेच पुढे झाले. वृद्धेने पतीचा पायाकडील भाग उचलला आणि सरदारजींनी डोक्याकडील बाजूस धरले आणि ते प्रेत कोरड्या जागेत आणून ठेवले.

त्या भागात कर्फ्यु असल्याने सुनसान वातावरण आहे.

खाट अजून घेऊन कोणी आले नव्हते. त्याशिवाय आपण पतीला घेऊन घरी कसे जाणार? दीनवाणी झालेल्या त्या अबलेने पुन्हा प्रयत्न सुरू केले. पण भेटलेल्या एखाद्‌दुसऱ्या व्यक्तीने तिला 'नाही' म्हटले. 'एवढ्या रात्री कर्फ्यु असताना पोलिसांच्या गोळ्या कोण खाईल?'

ती पुन्हा पतीच्या प्रेताजवळ येऊन बसली. तिथे कुत्र्यांचा वावर वाढला होता. हाती काठी घेऊन रात्रभर ती कुत्र्यांना हाकलायचे काम करत होती.

तिथे तीन जखमी माणसे विव्हळत होती. त्यातला एक बारा वर्षांचा पोरगा तिला सारखे विनवत होता, ''मला सोडून जाऊ नका, जाऊ नका तुम्ही इथून. मी एकटा पडेन...'' त्याला तहान लागली होती. पण पाणी कोठून देणार? ती काही करू शकत नव्हती. पण तिने त्याला स्वतःची ओढणी दिली, थंडीपासून रक्षण व्हावे म्हणून.

अशी ही भयाण रात्र सरता सरत नव्हती.

मध्यरात्री दोनच्या सुमाराला एका जखमी माणसाने, त्याचा एका प्रेताखाली अडकलेला पाय वर काढून देण्याची याचना केली. तिने कसाबसा तो पाय वर ओढला. कुत्र्यांचा वावर आणि गाढवांचे ओरडणे या अवस्थेत तिने रात्र काढली!

सकाळचे सहा वाजले. ती भयाण रात्र सरली. रात्री निघून गेलेली दोन तरुण मुले आणखी काही माणसांसह खाट आणताना तिला दिसली. तिला दिलासा मिळाला. पतीच्या निर्जीव शरीराला खाटेवर ठेवून सारे तिच्यासह घरी निघून गेले...

जालियनवाला बागेत अंदाधुंद गोळीबार झाल्यानंतर १३ एप्रिल १९१९च्या भयाण रात्री त्या वयोवृद्ध महिलेची हतबल झालेली अवस्था पाहून आपण किती अस्वस्थ होतो ना! मग मोठ्या संख्येने तिथे प्रत्यक्ष सभेला जमलेल्या सर्व लहानथोर स्वातंत्र्यप्रेमी जनतेने क्रूरकर्मी ब्रिटिशांच्या गोळ्या कशा झेलल्या असतील?

१९१८मध्ये संपलेल्या विश्वयुद्धात भारतीय सैनिकांनी जो पराक्रम केला, त्याची जाण ब्रिटिश राज्यकर्त्यांना राहिली नाही. आता आम्ही भारतीयांना अधिक सोयी सवलती देऊ, मोठ्या सुधारणा करू असे जाहीरपणे आश्वासन देणारे इंग्रज प्रशासन प्रत्यक्षात विश्वासघातकी आणि क्रूरकर्मी निघाले.

सत्य आणि अहिंसात्मक मार्गाने न्याय मागणाऱ्या गांधीजींना आणि इतर राष्ट्रीय नेत्यांना देशद्रोही ठरवून सर्व भारतीयांवर अन्याय करणारा रौलट कायदा ब्रिटिशांनी अंमलात आणला.

संपूर्ण देशात असंतोष वाढत होता. सभा, मेळावे आणि बैठका घेऊन उत्स्फूर्तपणे अवघी जनता सत्याग्रह करत रस्त्यावर आली. ब्रिटिश अधिकारी पोलिसांच्या मदतीने नेत्यांना अटक करू लागले. मारझोड सुरू झाली. शांततेचे व संयम पाळण्याचे प्रयत्न नेते व कार्यकर्ते करत होते. पण निर्दयी पोलीस अधिकारी कठोरपणे वागत होते.

या असंतोषाच्या वातावरणात ब्रिटिश सरकारच्या उच्च अधिकाऱ्यांनी जनतेला जरब बसावी म्हणून, जनरल मायकल ओ डायर या उद्दाम अधिकाऱ्यामार्फत १३ एप्रिल १९१९ या दिवशी जालियनवाला बागेच्या विस्तीर्ण मैदानात भीषण हत्याकांड घडवून आणले.

स्वातंत्र्य चळवळीच्या इतिहासातील ही एक दुर्दैवी घटना होती. कित्येक निष्पाप स्वातंत्र्यप्रेमी या हत्याकांडात बळी गेले. या सर्व लहानथोर हुतात्म्यांना मी मनःपूर्वक आदरांजली अर्पण करत आहे.

॥ जय हिंद, जय भारत ॥

•••

लक्षवेधी – १

दूरवर हिमालयात अवघड रस्ते आणि घाटीमध्ये आपली जुन्या जमान्यातली स्कूटर घेऊन भटकणारा एक कलंदर स्कूलटीचर आपल्या भारतात आहे. मुंबईत, एका कार्यक्रमाच्या निमित्ताने हा हसतमुख टीचर आपल्या या आगळ्या हौसेविषयी संवाद साधण्यासाठी आला अन् त्याने मला प्रभावित केलं.

या लक्षवेधीचा हा मजेदार परिचय...

स्कूटरस्वार मास्तरजी...

राजधानी दिल्लीमध्ये एक प्राथमिक शाळा आहे. तिथे हा मनस्वी स्कूलटीचर मुलांना शिकवितो. या टीचरने आपल्या स्कूटरवरून कितीतरी अवघड आणि उत्तुंग हिमालयीन रस्त्यांची आनंदी सफर केली आहे. याचं नाव आहे तरुणकुमार गौतम. वयाने तरुण आणि हसतमुख चेहऱ्याची ही वल्ली आपले सफर विक्रम एका कार्यक्रमात सादर करत होती.

'मास्तरजी' या टोपण नावाने हा प्रसिद्ध आहे शाळेत. वर्षभर हा फिरत असतो! याचे एकमेव वाहन म्हणजे बजाजची ब्राव्हो स्कूटर. तीही अठरा-एकोणीस वर्षांची जुनी स्कूटर आहे! आपल्या ब्राव्होवरून खडतर प्रवास करत तो स्थानिक लोकांशी संवाद साधतो. त्यांच्याशी मित्रत्वाचं नातं निर्माण करून हा 'मास्तरजी' आपली सफर पुढेपुढे नेत आहे. हिमालयात असलेला जगातला सर्वांत उंचावरील पेट्रोल पंप, सर्वांत उंच असा मोटरेबल रोड, सीमा प्रदेशातील अतिदुर्गम कच्चे रस्ते व घाटी, नाले या 'मास्तरजी'ने जीवघेण्या थंडीवाऱ्यातून यशस्वीपणे पार केले आहेत! त्याने सादर केलेल्या स्लाइड्स पाहताना थरारक वाटते.

वास्तविक उंचावर असा दुचाकीने प्रवास करताना पेट्रोल इंधनाची मोठी समस्या असते. मात्र मास्तरजी हुशार आहे. बरोबर नियोजन करून, सर्व परिसराची नीट माहिती घेऊन, उपलब्ध साठ्याचा अत्यंत काटकसरीने वापर करत हा मार्गक्रमण करतो.

'ब्राव्हो बिघडते तेव्हा काय करता?' या प्रश्नावर त्याचं चटकन उत्तर येतं. 'मला ती काळजी अगोदरच घ्यावी लागते. दुरुस्ती-देखभालीची जुजबी माहिती आहे. अगदीच पर्याय नसला, की वाट पाहतो कुणी मदतीला येतोय का त्यासाठी. सुदैवाने सीमाभागातील फौजी दोस्त व त्यांचे ट्रक, वाहने स्वतःहून पुढे येतात. मदतीचा हात देतात. कधी त्यांच्या वाहनातून माझ्या ब्राव्होसह पुढचा प्रवास होतो!'

हा काही श्रीमंत फिरस्ता नाही. याचं कुटुंब आहे. ते त्याच्या छंदाआड येत नाहीत. कारण हा दिल्लीत असताना त्यांना फिरण्यासाठी नोकरी सांभाळून वेळ देतो. मास्तरजी उच्चशिक्षित शिक्षक आहे. पण आपल्या या छंदापायी प्राथमिक शिक्षकाचा पेशा त्याने पत्करलाय! 'मोठ्या मुलांपेक्षा लहान मुलं शिकवायला बरी!' असे हा हसत सांगतो. मास्तरजीला या साहसी सफरीत अजूनपर्यंत मोठी आपत्ती आलेली नाहीये. उलट याचे जागोजागी कौतुक होतेय.

हा मास्टरजीपुढचे साहसी बेत आखत आहे. मात्र जगभर आपल्या दुचाकी वाहनांची पताका मिरवणाऱ्या बजाज कंपनीला या मास्टरजीची दखल अजून का बरं घ्यावीशी वाटली नाही, याचं मला कोडं वाटतंय.

या मास्टरजीला पुढील सर्व सफरींसाठी माझ्या मनापासून शुभेच्छा आहेत...

•••

लक्षवेधी – २

हिमालयात भटकंती करताना अंगावर साहस घेण्याची प्रबळ इच्छा मनात आली तर? तर तेथील शुभ्रधवल शिखरे आपल्या स्वागतास सदैव सज्ज असतात. त्यांच्या सान्निध्यात आपली ऊर्जा अधिक वाढत राहते.

गिरी-दुर्गात फिरणाऱ्या तरुण गियारोहकांना प्रोत्साहित करून त्यांची साहसी वृत्ती वाढविणारे हरीश कपाडिया हे असेच एक साहसी व लक्षवेधी व्यक्तिमत्त्व आहे. त्यांनी हिमालयात नवनवीन ट्रेकिंग रूट्स शोधून काढले आहेत. सह्याद्रीतील, तसेच हिमालयातील दुर्गम भागात जाऊन, परिसराची वास्तव माहिती संकलित करून, त्यावर अभ्यासपूर्ण पुस्तके लिहिली आहेत. अप्रसिद्ध अशी हिमशिखरे पादाक्रांत करण्याच्या मोहिमा आखून त्या हरीशभाईंनी यशस्वी केल्या आहेत.

याच लक्षवेधी गियारोहक-लेखकाविषयी मी तुमच्याशी संवाद साधत आहे...

हरीश कपाडिया

वयाची पासष्टी पार करूनही शरीर आणि मनाने चिरतरुण असणारे हरीश कपाडिया यांचे व्यक्तिमत्त्व देश-विदेशातील गियारोहण क्षेत्रात सुपरिचित आहे. या लक्षवेधी व्यक्तीची ओळख मला हिमालयन क्लबचे सभासदत्व मिळाल्यानंतर झाली.

स्वातंत्र्यपूर्व काळात ब्रिटिश आणि भारतीय गियारोहकांनी पश्चिम बंगाल राज्यात स्थापन केलेल्या 'हिमालयन क्लब'चे नाव जगभरात प्रसिद्ध आहे. हा क्लब आता शतकाच्या उंबरठ्यावर उभा आहे. या क्लबचे मुख्यालय मुंबईत आहे. या क्लबच्या संदर्भ ग्रंथालयात कित्येक जुन्या-नव्या गियारोहण मोहिमांची माहिती नकाशांसह संग्रहित करून ठेवली आहे. मोहिमांविषयी मार्गदर्शन करणे व त्यांना आर्थिक मदत मिळण्यासाठी प्रयत्न करण्याचे कार्य ही संस्था करते.

हिमालयन क्लबचा 'ॲन्युअल सेमिनार' मुंबईत व कोलकात्यात दरवर्षी उत्साहात

साजरा होतो. भारतातील व इतर देशांतील मान्यवर गिर्यारोहक दोन दिवसांच्या सेमिनारमध्ये आवर्जून सहभागी होतात. हिमालयातील मोहिमा, तसेच त्या संदर्भातील घडामोडी दर्शविणारे स्लाईड शोज, फिल्म्स व मुलाखती-व्याख्याने यांचा माहितीपूर्ण आस्वाद घेणे म्हणजे नव्या जुन्या गिरिप्रेमींना मोठी पर्वणीच असते. हरीश कपाडिया हिमालयन क्लबचे जुने जाणते पदाधिकारी आहेत.

या क्लबचे वार्षिक प्रकाशित होणारे 'हिमालयन जर्नल' हे प्रमुख वैशिष्ट्य! जवळपास पंचवीस वर्षे जर्नलची संपादकीय जबाबदारी हरीशभाईंकडे होती व त्यांनी अथक मेहनत घेऊन ती जबाबदारी पार पाडलीय. हरीशभाईंचा चेहरा नेहमी हसतमुख, स्वभावात खोडकरपणा, कुणाशीही बोलताना अहंभाव नाही, भरपूर बोलायची सवय, त्यामुळे त्यांचा मित्र परिवारही मोठा आहे. त्यांनी चाळीस वर्षांहून अधिक काळ भटकंती केली. अकरा पुस्तकेही लिहिली आहेत. या क्षेत्रात त्यांनी केलेल्या कार्याचा गौरव म्हणून जगात नावाजलेल्या लंडन येथील अल्पाईन क्लबचे मानद सदस्यत्व त्यांना बहाल करण्यात आले आहे. भारतातील हिमालयीन मोहिमांवर नियंत्रण ठेवणाऱ्या व दिल्लीत मुख्यालय असणाऱ्या इंडियन मौंटेनिअरिंग फाउंडेशन (IMF) या शिखर संस्थेचे उपाध्यक्षपददेखील हरीशभाईंनी भूषविले आहे.

क्लबच्या कार्यक्रमात मला या मान्यवर व्यक्तीशी संवाद साधण्याची संधी क्वचितच मिळाली. मात्र आमच्या संस्थेने आखलेल्या सिक्कीम परिसरातील पदभ्रमण मोहिमेची आखणी करताना हरीशभाईंना समक्ष भेटून त्यांचे मार्गदर्शन घेणे आवश्यक वाटले. म्हणून आम्ही त्यांच्याशी फोनवर संपर्क साधला. समक्ष भेटीची विनंती केल्यावर हरीशभाईंनी तात्काळ होकार दिला व वेळ कळवून त्यांचा निवास पत्ताही दिला. ते वर्ष होते १९८९.

हरीशभाई मुंबईत नेपिअन्स रोड परिसरात राहतात. मोठी फॅमिली आहे त्यांची. त्यांच्या पत्नी *गीताबेन* यादेखील ट्रेकर आहेत. छान रेखाचित्रेही काढतात. त्यांचा एक मुलगा *नवांग* हा भारतीय सैन्य दलात अधिकारी होता. कारगिलच्या युद्धात या सुपुत्रास वीरमरण आले. त्याचे स्मरण म्हणून निवास परिसरातील चौकाला नवांग कपाडिया चौक असे नाव देण्यात आले आहे.

हरीशभाई आमच्याशी मनापासून गप्पा मारीत होते. आमच्या मोहिमेस उपयुक्त ठरणारी बरीच माहिती त्यांनी दिली. सिक्कीमचा मॉप दाखवला. दार्जिलिंग ते पेलिंग व पुढे योगशम ऐवजी गॉनझिंग करा, असे त्यांनी सांगितले. जवळचे रुट्ससुद्धा नकाशासह दाखविले.

गप्पांमध्ये त्यांनी सीमा भागातील काही महत्त्वाच्या हिमशिखरांवर व तेथील परिसरात जायचे असेल तर सुरक्षेच्या दृष्टीने कोणते कायदेशीर ठरणारे परवाने लागतात

ते सांगून चुकून अशा भागात बेकायदेशीररीत्या गेल्यास त्रास होतो, कोणता अपघात घडला तर अधिकच त्रास होतो, याची दक्षता सर्वांनी घ्यायला हवी, असे सांगून आम्हाला सावध केले.

हरीशभाईंनी बोलता बोलता आम्हाला म्हटले, ' तुम्ही *सिक्कीम* कशाला करता? *गढवाल, कुमाऊ, काश्मीर, लढाख, हिमाचल प्रदेश,* येथेही जा की'. तिकडचे कितीतरी रुट्स त्यांनी आम्हाला सांगितले. ' क्लबच्या जर्नलमधून अजून माहिती मिळते, ती मिळवा. शिवाय, क्लबकडे तुम्ही ग्रुपला मोहिम आखणीपूर्वी मॅप रिडिंगवर वर्कशॉप घ्यायचा प्रस्ताव दिलात तर अधिक माहिती देता येईल ' असे त्यांचे म्हणणे होते.

मोहिमेत अत्यंत आवश्यक असणारी साधनसामग्री, कंपास, अल्तामिटर, इ. साधने किती काळजीपूर्वक निवडून घ्यावीत व तिचा योग्य पद्धतीने वापर कसा करावा याची माहितीदेखील हरीशभाईंनी दिली. महाराष्ट्रातील गिर्यारोहणावर सुद्धा आमची चर्चा झाली. 'Trek the Sahyadri' हे त्यांचे पुस्तक सुरुवातीपासून आम्हाला उपयोगी ठरत आल्याचे सांगितल्यावर हरीशभाई आनंदित झाले.

'सध्या हिमालयात काही तरुण खोटी माहिती देऊन व त्यावर परवानगी मिळवून मोहिमांवर जातात आणि कुठला अपघात घडला की संकटात सापडतात. मग त्यांना धावाधाव करून स्वतःचा बचाव करावा लागतो. हे अयोग्य आहे. काही मोहिमा तर खोटे रेकॉर्ड दाखवून, शिखर चढाईचा दावा करून त्याची प्रसिद्धी मिळवतात. अशा घटना गैर आहेत. ते पब्लिकला बनवतील, पण माउंटेनिअर्सना बनवू शकणार नाहीत. अशा वृत्तीमुळे आपले फिल्ड बदनाम होत आहे,' असे त्यांनी शेवटी स्पष्टपणे सांगितले.

आमच्या गप्पागोष्टींचा समारोप झाल्यावर त्यांनी आम्हाला ' तुम्ही भरपूर भटका, ट्रेक्स करा, मोहिमा करा, पण त्यात सातत्य राहू दे, हिमालयन क्लब तुम्हाला नेहमी मदत करेल, ' असे सांगून पुन्हा गप्पा मारायला येण्याचे आम्हाला निमंत्रण दिले.

या अष्टपैलू व उमद्या व्यक्तीने गिर्यारोहण क्षेत्राला दिलेले योगदान सर्व साहसप्रेमींना नेहमी ऊर्जा देत राहील याविषयी शंकाच नाही.

• • •

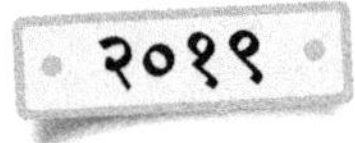

आयुष्यभराच्या वाटचालीत ज्या दहाबारा संस्था-संघटना आणि चळवळींशी संबंध आला, तिथे सामान्य कार्यकर्त्यांच्या भूमिकेतून सहभाग घेतला आणि काम करत राहिलोय. आता, याचा लेखाजोखा काढण्याची इच्छा झाली व लिहायचे ठरवले.

काही ठिकाणी जबाबदारीचे पद मिळाले, तर कोठे सर्वसामान्य स्वयंसेवक-कार्यकर्ता म्हणून काम करत राहिलोय. शैक्षणिक, सामाजिक, गिर्यारोहण, आध्यात्मिक, गृहनिर्माण अशा विविधतेने विस्तारलेल्या क्षेत्रांत वावरून तेथील वास्तव चित्र राजकारणासह आणि राजकारणाशिवाय, या दोन्ही कोनांतून पाहायला मिळाले. त्याचे संपूर्ण निरीक्षण-परीक्षण करणे व त्यावर लिहिणे हा स्वतंत्र पुस्तकाचा विषय होईल.

या ठिकाणी मी मांडलेला लेखाजोखा संक्षिप्त स्वरूपात आहे...

राजकारण कुठे नाही?...

शैक्षणिक-सामाजिक संघटना - एनएसएस

कॉलेजचे शिक्षण सुरू झाले आणि एनएसएसची ओळख झाली. फक्त 'आपण' आणि 'आपलेच' या चाकोरीतून बाहेर पडणे, समाजात मिसळणे, संवाद साधणे आणि सेवेच्या भावनेने आपले सामाजिक योगदान देणे ही एनएसएसची प्रमुख उद्दिष्टे आहेत. विद्यापीठाच्या आधिपत्याखालील ही एक स्वायत्त संस्था आहे.

या संस्थेच्या सामाजिक योगदानात आपण एक सामान्य स्वयंसेवक बनून खारीचा वाटा उचलला आहे, याचा सदैव अभिमान आहे. मुंबईतल्या एक प्रतिष्ठित कॉलेजमधून शिक्षण घेताना चार वर्षे एनएसएसमधून कार्यरत राहिलो. एका गावातील शाळेची विहीर बांधणे; मान्यवर संघटनेच्या रौप्यमहोत्सवी सोहळ्यांचे नियोजन करणे; अनाथ, बालगुन्हेगार व दुर्दैवी महिला यांना आधार देणाऱ्या संस्थेच्या कामात अल्पकाळ का

होईना, मदत करणे; गरीब वस्तीमध्ये जाऊन त्यांच्या समाजोपयोगी कार्यात मदत करणे अशी कितीतरी चांगली कामे 'एनएसएस'च्या माध्यमातून आमचे कॉलेज करत होते. त्यात सक्रिय राहिलो, याचा आनंद आहे.

लेखाजोखा

'एनएसएस' पूर्वीप्रमाणे आजही राजकारणापासून अलिप्त राहून काम करत आहे. माझ्याप्रमाणे मुलालाही 'एनएसएस'चा परिवार आवडला आहे. तो त्यातून स्वतःला घडवत आहे.

• • •

विद्यार्थी संघटना

शालेय-महाविद्यालयीन स्तरावर कार्य करणारी ही मोठी संघटना आहे. या संघटनेने सर्वदूर भारतभर शाखा स्थापित केलेल्या आहेत. बुद्धिमान तरुणांचा समावेश असलेली ही एक अभ्यासू विद्यार्थीप्रिय संघटना आहे. विद्यार्थी आपले शिक्षण घेत असताना त्यांना सामाजिक आणि राजकीय क्षेत्राची ओळख व्हावी, आर्थिक प्रश्न व शैक्षणिक प्रश्न कोणते, ते कसे प्रभावीपणे सोडविता येतील, याबाबत दक्ष राहायला शिकविणारी ही संघटना आहे.

मी माध्यमिक शिक्षण घेत असताना एका विद्यार्थी संघटनेच्या संपर्कात आलो. या संघटनेची ध्येय-धोरणे मला पटली व तिच्या कार्यात मी सहभागी झालो. विभागातील माध्यमिक शिक्षण घेत असलेल्या मुलामुलींना भेटून बैठकी आयोजित होत असत. या बैठकी कोणा एका कार्यकर्त्यांच्या घरी व्हायच्या. तिथे लेक्चर्स व्हायची. आपल्या बुद्धीला जागृत करणे, त्याद्वारे शैक्षणिक विकास, सामाजिक आणि आर्थिक प्रश्न सोडविणे, याकरिता आपण तरुण किती ताकदवान आहोत, यांविषयी बैठकीत चर्चा व्हायच्या.

याचबरोबर, माध्यमिक-उच्च माध्यमिक परीक्षेत शाळेत प्रथम येणारे गुणी विद्यार्थी शोधून त्यांना प्रोत्साहित करण्याचे आणि त्यांचे जाहीर सत्कार समारंभ आयोजित करण्याचे कार्य ही संघटना करत होती. विद्यार्थ्यांची विविध शिबिरे व्हायची. सुट्टीच्या काळात गरजूंना नोकरी मिळवून द्यायचे कार्य ही संघटना करायची.

आमच्या विभागात मी दोन वर्षे कार्यरत होतो. त्या वेळी माझा सिनिअर त्याच्या सिनिअरला घेऊन घरी यायचा. तास-दोन तासांच्या चर्चा आणि बौद्धिके व्हायची. दोघेही हुशार, तडफदार होते! त्यांच्या सान्निध्याचा प्रभाव माझ्यावर पडला. मी माझ्या परीने त्यांचा साहाय्यक म्हणून कार्य करत राहिलो. या कामामुळे माझा आत्मविश्वासही वाढला.

नोकरी आणि शिक्षण करत माझे कौटुंबिक व्याप सांभाळताना मात्र संघटनेच्या कामात मला सहभागी होणे कठीण जाऊ लागले. मग हळूहळू माझा या संघटनेशी संपर्क कमी झाला व नंतर थांबला तो थांबलाच.

लेखाजोखा

ही विद्यार्थी संघटना आजही विद्यार्थिप्रिय आहे. ती देशभर चांगली पसरलीय. आता तिला भक्कम राजाश्रय मिळालाय. पूर्वींचे कार्यकर्ते आता राजकीय पक्षाचे मोठे उच्च पदस्थ झालेत. आज माझा सीनिअर राज्याच्या कॅबिनेट मिनिस्टरपदी विराजमान झाला आहे, तर त्याचा सीनिअर सत्ताधारी पक्षाच्या केंद्रीय समितीत उच्च पदावर बसला आहे! ही संघटना राजकीय पक्षाशी संबंधित असली, तरी विद्यार्थ्यांच्या प्रश्नांची तिला चांगली जाण आहे, असे माझे निरीक्षण आहे.

• • •

समाजसेवी संस्था

पूर्व उपनगरातील एक सुप्रसिद्ध समाजसेवी संस्था आहे. कितीतरी चांगले उपक्रम वर्षभर राबून ते यशस्वी करणारी, सामाजिक सेवेचा वसा घेतलेली ही संस्था सर्व वयोगटातील व्यक्तींना 'आपली' वाटते, असे माझे प्रामाणिक मत आहे.

मी या संस्थेचा सभासद नाही. पण, दरवर्षी आयोजित होणाऱ्या गिरिमित्र संमेलनाच्या पूर्वतयारीनिमित्ताने संस्थेच्या संपर्कात आलो. महाराष्ट्रात विखुरलेल्या संघटनांना एकत्र आणून दोन दिवसांची संमेलन-वारी घडवून आणणे ही साधीसोपी गोष्ट नव्हे. दरवर्षी जुलै महिन्यात या संघटनेच्या भव्य वास्तूमध्ये संमेलन हाऊसफुल्ल उत्साहात भरते. आज सतरा वर्षे होऊन गेली आहेत. भटक्या पंथांतील गिरिप्रेमींना इतकी वर्षे संमेलनाच्या निमित्ताने बांधून ठेवण्याचे, म्हणजेच संघटित ठेवण्याचे सगळे क्रेडिट या जाणत्या संस्थेचे आहे.

दोन दिवस पूर्णपणे आपली दोन मोठी सभागृहे संमेलनासाठी मोकळी ठेवून आर्थिक भुर्दंड ही संस्था सोसते. पूर्वतयारीसाठी जवळपास सहा महिने अगोदर सुरू झालेल्या साप्ताहिक बैठकांसाठी आपली जागा ही संस्था उपलब्ध करते. संस्थेचे पदाधिकारी उत्साहाने या नियोजनात असतात. प्रत्यक्ष संमेलनातदेखील कार्यकर्त्यांच्या भूमिकेतून राबतात, हे तमाम गिरिप्रेमींना प्रेरणादायी आहे.

लेखाजोखा

संस्थेची वाटचाल यशस्वी करण्याची मोठी जबाबदारी पदाधिकाऱ्यांची असते. ते सुसंस्कृत हवेत. चांगले अभ्यासू हवेत. निःस्वार्थभावनेने कार्य करणारे हवेत. त्यांना खुर्चीचा, सत्तेचा लोभ नसावा. त्यांच्यात कल्पकता हवी व संघटनकौशल्यही हवे. त्यांनी राजकारण्यांना चार हात दूर ठेवायला हवे.

या सगळ्या गुणवैशिष्ट्यात पूर्णतः बसणारी ही चांगली संघटना आहे, आणि म्हणून तिची इतक्या वर्षांची घोडदौड यशस्वी झालीय.

• • •

चळवळ घरासाठी

गरीब आणि मध्यमवर्गीय शहरी लोकांना स्वतःचे छोटेसे एक घर तरी असावे, हे स्वप्न साकार करायला प्रामाणिक, तत्त्वनिष्ठ नेतेमंडळी पुढे आली आणि घरासाठी मोठी चळवळ उभी राहिली. हजारोंच्या संख्येने एकत्र आलेले उत्साही शहरी बांधव विश्वासाने या चळवळीत सामील झाले. जवळपास वीस वर्षे सत्याग्रही मार्गाने संघर्ष करून सरकारकडे आणि सत्ताधाऱ्यांकडे पाठपुरावा करून अखेर मोठी जमीन या चळवळीने मिळवली. मग मोठा वास्तुप्रकल्प उभा राहिला. अडचणी येतच राहिल्या. पण त्यांच्यावर मात करत भव्य अशी वसाहत उभी राहिली. आज तिथे कित्येक कुटुंब-कबिले राहत आहेत. या चळवळीमध्ये गरजू बांधवांचा ग्रुप करून त्यांच्यासह कार्यात मी सहभाग घेतला. विविध आंदोलनांचे अनुभव मिळाले.

लेखाजोखा

घरांसाठी हाती घेतलेली चळवळ यशस्वी झाली. आज मोठी गृहनिर्माण वसाहत शहरात दिमाखात उभी राहिली आहे. कित्येकांचे संसार या वसाहतीमध्ये नांदत आहेत. हा कायमचा आसरा देण्याचे सारे श्रेय दोघांकडे जाते - प्रामाणिक, तत्त्वनिष्ठ नेतेमंडळी आणि चिकाटीने, विश्वासाने एकत्र येऊन, नेत्यांच्या निर्देशाप्रमाणे लढलेले सभासद.

आज मात्र परिस्थितीत बदल घडला आहे. नेतृत्व आणि सभासद यांमध्ये एकमेकांबद्दल असलेला विश्वास आता कमी झाला आहे. सुसंवाद थांबले आहेत. दुही माजली आहे. मोठे व्यावहारिक निर्णय पुरेशा पारदर्शीपणे झालेले नाहीत यावरून आरोप-प्रत्यारोप होऊन, न्यायालयीन वाद सुरू झालेत. संकुलाचे खरे मालक कोण? या प्रश्नाचे नेमके उत्तर सभासदांना अजून सापडलेले नाही.

या चळवळीत कुठे कावेबाज राजकारणी होते? ते नव्हते, मग आज ही स्थिती का निर्माण झालीय? याला कारण आहे, महत्त्वाचे निर्णय घेताना सर्वसामान्य सभासदांना

नेतृत्वाने अंधारात ठेवणे. यामुळे सध्याच्या अडचणी भविष्यात आणखी वाढणार आहेत.

• • •

भूकंपानंतर

१९९३ साली महाराष्ट्रातील किल्लारीत मोठा भूकंप झाला. या दुर्घटनेमध्ये उस्मानाबाद, नळदुर्ग भागांतील असंख्य गावे-वस्त्या नामशेष झाल्या. त्या वेळी मुंबईतील रथीमहारथी समाजसेवी, पत्रकार आणि सेलिब्रिटी मंडळींनी एकत्र येऊन या आपत्तीत सापडलेल्या दुःखी ग्रामस्थांना मदतीचा हात देण्यासाठी गिर्यारोहकांच्या व कार्यकर्त्यांच्या सहभागाने एक मोहीम आखली होती.

या आपत्तीनंतर, उजाड झालेली गावे आणि निर्जन वस्त्या तिथे जाऊन पाहिल्या. लष्कराचे जवान मृतांचा, जखमींचा शोध घेत होते. मातीचे मोठमोठे ढीग कौशल्याने उपसत होते. त्यांच्या कामात मदत करणाऱ्या पथकात स्वयंसेवक म्हणून कार्य करायला मिळाले. सरकारी यंत्रणा, कितीतरी स्वयंसेवी देशी-विदेशी संस्था, राजकीय पक्ष, पत्रकार आणि धार्मिक संस्था, आपले मतभेद विसरून एकदिलाने इथे धावून आले. मदतीचे, पुनर्वसनाचे कार्य आपापल्या क्षमतेने करू लागले. हे कार्य साधेसोपे नव्हते, पण संवेदनशील माणसे आणि संस्था, राजकारणी असे सारे एकत्र आल्यामुळे दुःखी ग्रामस्थांना भक्कम आधार मिळाला.

लेखाजोखा

या आपत्तीत, दुःखात गरीब-श्रीमंत ग्रामस्थांना आधार मिळाल्यामुळे ते पुन्हा उभे राहिले आहेत, नव्या उमेदीने पुढे चालले आहेत. संकटात सारे मतभेद आणि स्वार्थी राजकारण बाजूस ठेवल्यामुळे हे शक्य झाले आहे, असे मला वाटते.

• • •

कामगार संघटना

३५ वर्षांपूर्वीचा काळ आठवा. मुंबई शहरात खूप कापड गिरण्या होत्या. कामगारांचे प्रश्न सोडविणाऱ्या प्रमुख संघटना राजकीय नियंत्रणाखाली काम करत होत्या. नेते आणि कार्यकर्ते कामगारांचे प्रश्न सोडवत होते. मग असे काय घडले, की आज ती कापड गिरणीच अस्तित्वात राहिलेली नाही? कामगार आहेत कुठे? त्यांचे काय झाले?

मी एका कापड गिरणीत कामाला होतो. कर्मचारी होतो. १९८२च्या ऐतिहासिक गिरणी कामगार संपाची झळ मला बसली आहे. पुन्हा उभे राहताना त्रास सोसावा लागला आहे. संपानंतर सगळ्यांचीच वाताहत झाली. कामगार चळवळ तर आज मृतवत झाली आहे.

लेखाजोखा

या मृत चळवळीचा लेखाजोखा तरी काय सांगणार ? पण ते सांगणे गरजेचे वाटते. गिरणी कामगारांच्या न्याय्य प्रश्नांवर आंदोलन करून संप पुकारणाऱ्या प्रामाणिक संघटनेला काही राजकीय नेत्यांनी मालकवर्ग आणि मालकधार्जिण्या यंत्रणांना हाताशी धरून ते पूर्णतः चिरडून टाकले. कापड गिरण्यांच्या जागेवर ऐसपैस मॉल्स उभे राहिले आहेत.

निदान आपल्या कुटुंबाच्या निवाऱ्यासाठी घर-जमीन मिळावी, म्हणून सरकारदरबारी उंबरे झिजवत वयोवृद्ध कामगार आणि त्यांचे वारस निकराने प्रयत्न करत आहेत. त्यांना अजूनही अपेक्षित यश मिळालेले नाही.

गिरणी आणि कामगारवर्गाची चळवळीची स्मृती राहावी म्हणून लवकरच, शहरातील एका गिरणीच्या आवारात भव्य असे संग्रहालय उभारण्याचा संकल्प झाला आहे. गिरणी कामगारांचा व एकूणच त्यांच्या चळवळीचा हा गौरव ठरेल, की त्यांच्या जखमांवर मीठ चोळण्याचा प्रकार, हे भविष्यात दिसून येईल.

• • •

गिर्यारोहण संघटना

पदवीच्या शेवटच्या वर्षाला पोटासाठी नोकरी शोधू लागलो. ती मिळाल्यावर ऑफिसमधील छांदिष्ट गिरिप्रेमींशी परिचय झाला. तो वाढला अन् एका चांगल्या गिर्यारोहण संस्थेचा सभासद झालो. मग मनसोक्तपणे भटकायला मिळाले. सह्याद्रीतील दऱ्याखोऱ्यांत, जंगलात भटकंती करण्याची आणि दुर्गम दुर्ग-कड्यांवर आरोहण करण्याची हौस भागवून घेतली. दूरवर असलेली हिमशिखरे साद देत होती. पश्चिम बंगालमधील आद्य संस्था 'एचएमआय'मध्ये (दार्जिलिंग) गिर्यारोहणाचे प्रशिक्षण घेतले. त्याचा लाभ प्रत्यक्ष गिर्यारोहण करताना झाला.

हे अनुभव घेताना, फक्त आपला छंदच नव्हे, तर आपली संस्था कशी पुढे न्यावी, याचे धडे दुसऱ्यांकडून घेत होतो. या क्षेत्रात वावरताना काही राज्यस्तरीय, राष्ट्रीय, आंतरराष्ट्रीय स्तरावरील संस्थांशी संबंध आला. कुठे सचिवपदी, तर कुठे प्राशासनिक जबाबदारीचे काम करत राहिलो.

दुसरी एक राज्यस्तरीय संस्था आघाडीची कार्यरत असून तिथे जबाबदार पदावर काम करण्याची संधी वारंवार मिळाली. वैयक्तिक व्यापातून वेळ काढत, तिथे काम करताना कसरत करावी लागायची.

संपूर्ण राज्यात विखुरलेल्या कितीतरी गिर्यारोहण-पदभ्रमण संस्था जोमात कार्य करत आहेत. त्या संघटित व्हाव्यात व साहसी क्षेत्रापुढे येणाऱ्या आकस्मिक अडचणींना एकत्रितपणे सामोरे जावे, सुरक्षेच्या दृष्टीने संस्थांवर येणारी नवनवी कायदेशीर बंधने नीट

अभ्यासून, आपले साहसी छंद जोपासताना संस्थांनी आवश्यक बंधने पाळावीत, हा प्रमुख हेतू डोळ्यांसमोर ठेवून सर्व संस्थांना सहकार्य करण्याच्या हेतूने एक शिखर संस्था पूर्वीपासून कार्य करत आहे.

लेखाजोखा

एक आंतरराष्ट्रीय संस्था आहे. चांगले स्टेटस असणारी दिग्गज मंडळी संस्थेच्या प्रशासकीय मंडळांवर आहेत. ती वजनदार आहेत आपापल्या क्षेत्रामध्ये. संस्थाचालक बहुसंख्य वयस्कर असल्याने संस्थेचे कामकाज व कार्यक्रम यांची गती काहीशी धीमी झालीय. नवख्या, उत्साही तरुणांवर विश्वासाने जबाबदारी टाकताना ही संस्था बिचकते, तर 'आतमध्ये' (म्हणजे प्रशासनात) घ्यायची बातच सोडा! एवढे असूनही आज ही संस्था टिकून आहे.

दुसरी संस्था आहे राष्ट्रीय स्तरावरील. भारतभरातील राज्य शाखांवर देखरेख आणि नियंत्रण ठेवून वर्षभर कार्यक्रम राबवत असते. पण संस्थेच्या केंद्रीय समितीमध्ये ठराविक लोक पाहायला मिळतात. राज्यातला कोणी उमदा, तडफदार, महत्त्वाकांक्षी तरुण उत्साहाने व 'त्यांच्या' आग्रहाने संस्थेत सामील होतो, जबाबदारीचे पद मिळते. तो तडफ दाखवून कामही करू लागतो. मात्र, अल्पावधीतच त्याला तिथला 'माहोल' घुसमटून टाकतो. त्याची पावले बाहेर पडतात, मोकळा श्वास घेण्यासाठी!

अगदी प्रारंभी मी सामील झालो, ती संस्था अजूनही उत्साहाने कार्यक्रम करून नवनवे गिर्यारोहक तरुण तयार करते आहे. कित्येकांना या संस्थेने साहसी, तसेच निसर्गप्रेमी करून समाजमनांशी सुसंवाद करायला शिकवले आहे. इथे जुने आणि नवे एकमेकांच्या विचाराने पुढे जात, संस्थेसही पुढे नेत आहेत. मी एक जुना सभासद म्हणून या संस्थेचा सदैव ऋणी आहे.

राज्यभरात आणखी एक आघाडीची संस्था कार्यरत आहे. या संस्थेच्या स्थापनेत नव्हतो, तरी जुना सभासद म्हणून जमेल तसे कार्य करत गिर्यारोहणाचा छंददेखील जोपासला.

या संस्थेत जबाबदार पदावर काम करण्याची संधी वारंवार मिळाली. आपल्या वैयक्तिक व्यापातून वेळ काढत, इथे काम करताना कसरत करावी लागे.

दरम्यान, आपण या महत्त्वाच्या पदावरून दूर व्हावे म्हणून संस्थेतील काही वरिष्ठ हालचाल करत असल्याची कुणकुण लागली. खूप अस्वस्थ झालो. कामात मन लागेना. जी माणसे आपण जवळची मानतो, जी माणसे आपल्याला हिरिरीने पुढे आणतात व संस्थेचे काम करायला प्रोत्साहित करतात, काम करून घेतात, त्यांनी आपल्याला दूर

करण्यासाठी असे घाण राजकारण खेळावे? मुळात आपण पद घेण्यासही इच्छुक नव्हतो. मग असे व्हावे?

पण ही सीनिअर मंडळी आहेत. संस्था त्यांनी स्थापली आहे. आपल्यापेक्षा कोणी वरचढ होऊ नये याची खबरदारी म्हणून ते असे करू शकतात. आपला गेम करू शकतात. आपल्यापेक्षा जुन्या-जाणत्यांच्या बाबतीत हे घडले आहे. त्यांच्या तुलनेत आपण नगण्य आहोत. हा सगळा विचार केला आणि तडक जबाबदारीचे पद सोडले. आता मोकळेपणाने वावरताना कोणता ताण नसल्याने छान वाटते आहे.

राज्यस्तरावरील शिखर संस्था कार्यकर्त्यांच्या कमतरतेमुळे आज तरी राज्यभरातील सर्व संस्थांशी संपर्क साधून संवाद साधण्यात असमर्थ ठरली आहे. मात्र या शिखर संस्थेशी स्वतःहून संपर्क साधून तिला बळकट करण्यात सर्व संघटनांचे हित निश्चित आहे.

• • •

आर्थिक संस्था – पतपेढ्या

सर्वसामान्यांच्या आर्थिक अडचणी भागवण्याचे चांगले कार्य करणारी एखादी पतसंस्था आपल्या आसपास सर्वत्र असते. कामगार-नोकरदार एकत्र येऊन पतपेढी निर्माण करतात. महिला एकत्र येतात आणि त्यांची पतपेढी स्थापली जाते. एखादा समाजगट, ज्ञाती, ग्रामस्थ, त्याचप्रमाणे शहरी मध्यमवर्गीय बांधव याच हेतूने आपापल्या पतपेढ्या निर्माण करतात व गरजूंच्या आर्थिक अडचणी सोडवतानाच त्यांच्या परिवाराला शैक्षणिक-आर्थिक-सामाजिक उन्नतीसाठी मदतीचे हात देतात.

मात्र, या पतपेढ्यांच्या नोंदणीपासून तिच्या सर्व कारभारावर सरकारी नियंत्रण असते. कारभार नियमाप्रमाणे व्हावा, आर्थिक विनियोगाची आवश्यक नोंद व्हावी, विशेषतः पतपुरवठा झाल्यानंतर कर्जदारांकडून वसुलीचे चांगले काम व्हावे आणि पतपेढ्या आर्थिक सक्षम राहाव्यात, यावर नियंत्रक कटाक्षाने नियंत्रण ठेवतात.

अशा परिस्थितीत योग्य कारभार करणाऱ्या पतपेढ्यादेखील आहेत, अन् गडबड-घोटाळे करून स्वतःबरोबर गुंतवणूकदार सभासदांना बुडवणाऱ्या पतपेढ्याही आहेत. सुदैवाने अशा पतपेढ्यांशी माझा जास्त संबंध कधी आला नाही. ज्यांचा सभासद झालो, त्या आर्थिकदृष्ट्या भक्कम पतपेढ्या होत्या, म्हणजे आताही आहेत.

अपवाद एका नामशेष झालेल्या पतपेढीचा. ही नवीन पतपेढी नव्हती. मध्यवर्ती शहरात तिचे ऑफिस होते. या पतपेढीने मोठी जाहिरात केली – 'मुदत ठेवीत पैसे गुंतवा. अल्पावधीत दुप्पट होतील! बक्षीस म्हणून चांगली भांडीसुद्धा मिळतील!' मी त्वरित

संपर्क साधला आणि तिथे मुदत ठेवीत पैसे गुंतवले. जास्त नव्हे, पण त्या काळी चारपाच हजारांची रक्कम थोडकी नव्हती. मुदत संपल्यावर पैसे घ्यायला पतपेढीच्या ऑफिसकडे निघालो, तेव्हा धक्का बसला! दिवाळखोरीत निघालेली ही पतपेढी माझ्यासारख्यांचे हजारो, लाखो पैसे घेऊन बेपत्ता झाली होती! खूप शोधाशोध केली. पण उपयोग झाला नाही.

इतर पतपेढ्यांबाबत माझी कधी फसगत झाली नाही, आणि होणारही नाही. सर्वांना या पतपेढ्या चांगली सेवा देत आहेत. त्यांच्या कारभाराविषयी विस्ताराने लिहायला हवे.

एक आहे नोकरदारांची पतपेढी. तिची आर्थिक उलाढाल मोठी. कर्जपुरवठा भरपूर. वसुलीदेखील त्या प्रमाणात जास्त आहे. कर्जासाठी अर्ज केल्यावर लवकरच कर्ज रक्कम हाती येणार हे पक्के. मात्र आवश्यक कागदपत्रे नियमानुसार हवीत. पण प्रक्रिया सुलभ आहे. हे कर्ज दिल्यानंतर वसुली कर्जदार सभासदाच्या पगारातून दरमहा होते. वसुलीचा ताप पतपेढीला नाही. कर्ज थकविणाऱ्या सभासदांचे प्रमाण अल्प आहे. या पतपेढीतून सातत्याने कर्ज काढायचो आणि कर्ज फेडायचो. एक कर्ज फेडले की दुसरे घ्यायचे, ते फेडले की तिसरे... असा क्रम चालू होता. माझ्या आर्थिक अडचणींत ही पतपेढी वेळोवेळी धावून आली आहे.

दुसरी एक पतपेढी आहे. ती गरजू सभासदांच्या आर्थिक गरजा भागवते. गावपातळीतील काही सुझ लोक एकत्र आले. त्यांनी पतपेढी सुरू केली. इथे दररोज सभासद गर्दी करतात कर्ज घ्यायला. कोणी सोने तारण ठेवते, तर काही आपली मालमत्ता तारण ठेवतात. यांची कर्जवसुली यंत्रणा योग्य पद्धतीने कर्ज वसुली करते. त्यामुळे ती आज टिकून आहे.

तिसरी संस्था शहरातीलच आहे. तिची एकमेव शाखा आहे उपनगरात. या पतपेढीचे पदाधिकारी समाजात प्रतिष्ठित आहेत. बुद्धिमान आहेत. शिस्तप्रिय आहेत. नियमांचे उल्लंघन न करता सभासदांना कमी व्याजदराने कर्जपुरवठा करणे, नफा वाजवी ठेवून सुरक्षित निधी उभारणे, कर्जदारांकडील वसुलीकडे काटेकोर लक्ष ठेवून संस्थेची पत-पातळी संतुलीत राखणे हे काम ही ज्येष्ठ पदाधिकारी मंडळी उत्साहाने करतात. परिवारातील गुणी विद्यार्थ्यांचा गौरव करून त्यांना आर्थिक उत्तेजन देण्याचे कामही संस्था करते आहे.

माझी किरकोळ गुंतवणूक या पतपेढीत आहे. त्या निमित्ताने संस्थेच्या वार्षिक सभेत मी दोनदा उपस्थित राहिलो होतो. त्या वेळचा अनुभव सांगण्यासारखा आहे -

पतपेढीच्या वार्षिक सभेत मुख्य विषय असतो वार्षिक हिशेब अहवाल, जमाखर्च आणि ताळेबंदाचा. किचकट अशी आकडेमोड अत्यंत सोप्या शब्दांत व क्रमाक्रमाने जाहीरपणे मांडून त्याची व्यवस्थित फोड पदाधिकारी करतात. सभासदांना या संदर्भात

प्रश्न विचारून जागे करतात. त्यावर कोणी शंका काढली, प्रश्न उपस्थित केले की त्या सभासदाला प्रत्येक मुद्द्याचे विश्लेषण करून सभासदांमध्ये विश्वासाचे वातावरण निर्माण करतात.

एरवी इतर बहुसंख्य पतपेढ्या वार्षिक सभेत वादावादीमध्येच जास्त रंगतात आणि वेळकाढू व निरर्थक विषयांवर चर्चा करताना दिसतात.

लेखाजोखा

वर वर्णन केलेल्या तीनपैकी नोकरदारांच्या श्रीमंत पतपेढीने रौप्यमहोत्सव साजरा केला आहे. त्या वेळी एक विख्यात कायदेतज्ज्ञ प्रमुख पाहुणे म्हणून आले होते. त्यांनी जाहीरपणे या पतपेढीचे कौतुक करताना छानसा चिमटा संस्थेच्या टिपटॉप वेशातील पदाधिकाऱ्यांना काढला. ते म्हणाले होते - 'ही पतसंस्था आपल्या यशस्वी वाटचालीचा रौप्य महोत्सव साजरा करत आहे. याचा आनंद आहे; पण पतपेढीमध्ये कर्जवसुली करण्याचे काम खूप कष्टाचे असते. आपल्या पतसंस्थेची कर्जवसुली सहजसुलभ होत आहे. यामुळे संस्थेला विशेष कष्ट कुठे पडतात? अशा पतसंस्था शतक महोत्सवसुद्धा सहज साजरा करतील. आणि यांच्याकडे पाहून कोण म्हणेल हे पदाधिकारी आहेत म्हणून? हे तर एखाद्या मोठ्या कंपनीचे संचालक वाटतात मला!' पाहुण्यांच्या या वाक्यांत संस्थेच्या 'मोठे'पणाचे सार आले आहे.

आणि हो, इथे बहुतेक पदाधिकारी आपली लॉबी बनवून बळकट झालेत. मात्र, बहुसंख्य सभासद आपल्या गरजांकडे जास्त लक्ष देतात. त्यांना पदाधिकाऱ्यांच्या लॉबी-राजकारणाशी देणेघेणे नसते.

या तीन पतपेढ्यांच्या अनुभवांवरून थोडक्यात सांगायचे झाले, तर मी म्हणेन - अपवाद सोडले, तर सरकारी अंकुश असूनही कित्येक पतपेढ्या संशयास्पद कारभार करतात. सत्ता दुसऱ्या हाती सहज जाऊ देत नाहीत. तरीही त्या संस्थांची पुढची वाटचाल चालूच असते.

• • •

धार्मिक-आध्यात्मिक संघटना

नेहमीच्या धावपळ-गडबडीतून मन संयमी व शांत राहावे, चित्तात एकाग्रता यावी. मनाची शक्ती वाढावी, देवावर असलेली आपली श्रद्धा डोळस करून स्वतःला खंबीर करावे, म्हणून एका छोट्या संस्थेत गुरुकुल पद्धतीने मी सामील झालो. जमेल तसे ज्ञान जाणून घेऊ लागलो, शिबिरातही सहभाग घेतला.

ज्या गुरूंकडून दीक्षा घेत होतो, ते माझ्यासह इतर चौघा जणांना या क्षेत्रातले त्यांनी जमवलेले व पडताळलेले ज्ञान देऊ लागले. त्यांनी निसर्गाच्या मोकळ्या वातावरणात अन् एकांतात अगम्य, मोलाच्या अद्भुत मंत्रशक्तीचा परिचय करून दिला. या गुरूंच्या सान्निध्यात आम्ही हरतऱ्हेचे प्रयोग करून स्वतःला जमावत होतो.

त्यांच्या कसोटीला उतरल्यावर विविध शिबिरांचे आयोजन करण्याचे कार्यक्रम सुरू झाले. कामाच्या जबाबदाऱ्या स्वीकारत, कार्य करत राहिलो. आजही शिबिरे चालू आहेत. हा परिवार वाढत आहे. त्यात सामील होणारे साधक स्वतःमधील आत्मविश्वास वाढवत आहेत. या संघटनेचे कार्य गुरूंच्या नियंत्रणाखाली आजही चालू आहे.

लेखाजोखा

आत्मिक शक्ती व श्रद्धा वाढवण्याचे चांगले ज्ञान ज्या शिबिरांतून आम्ही घेतले; जे गुरू आपल्याकडे असलेली या क्षेत्रातील अद्भुत माहिती देऊन; बरे काय, वाईट काय हे प्रयोग पद्धतीने सांगत होते, आम्हाला सज्ञान करत होते; तीच सन्मान्य व्यक्ती प्रशासकीय कामात जास्त लक्ष देत आहे. मुख्य ज्ञानदानाच्या कार्याकडे यामुळे दुर्लक्ष होत आहे. त्यांनी प्रशासन कामात दखल घेऊ नये, शिष्य-साधकांना शिकवण्यात आपले लक्ष केंद्रित करावे, हे परोपरीने सांगून, समजावून उपयोग होत नव्हता. वाद घडू लागले. अखेर या परिवारापासून लांब राहायचे ठरवले आहे. हे गुरुकुल ज्ञानमंदिर व्हावे, प्रशासनाच्या चौकटीतील मठ होऊ नये, ही प्रामाणिक इच्छा आहे.

* * *

गृहनिर्माण संस्था

प्रामुख्याने शहरी, निमशहरी भागांत एकत्र राहणाऱ्या रहिवाशांच्या सहकारी तत्त्वावरील गृहनिर्माण संस्था आपण सर्वत्र पाहतो. आपणदेखील एखाद्या गृहनिर्माण संस्थेचे सभासद म्हणून राहत असतो. सहकारी पद्धतीने राहणे व सर्व कारभार चालवणे ही एक अत्यंत चांगली संकल्पना आहे.

सभासद बांधवांमधील स्नेहभाव, नियमांची चांगली जाण, शिस्तीचे पालन करणारे प्रामाणिक पदाधिकारी व सभासद, हे महत्त्वाचे घटक ही संकल्पना प्रत्यक्षात आणतात. मात्र ही संकल्पना पूर्णपणे प्रत्यक्षात आणून आपली सोसायटी पारिवारिक भावनेने एकत्र ठेवून ती 'आदर्शवत अन् सुंदर सोसायटी' केल्याची कितीशी उदाहरणे तुम्हाला अवतीभवती दिसतात? यावर उत्तर आहे - अगदी कमी संख्येने अशा गृहनिर्माण संस्था अस्तित्वात आहेत.

लेखाजोखा

मी अनुभवलेल्या एका सहकारी गृहनिर्माण संस्थांतील वास्तव सांगतो. या संस्थेत, जबाबदारीच्या पदावर काही जाणकार व सुसंस्कृत माणसांच्या मार्गदर्शनाखाली मला काम करण्याची संधी मिळाली. त्यामुळे जास्तीत जास्त चांगली सेवा आमच्या कार्यकारिणीने सभासदांना दिली आहे. पण शिस्तीला उडवून लावणाऱ्या काही चुकार सभासदांवर कारवाई सुरू केली, आणि वाद उद्भवू लागले. नियमांचे उल्लंघन करणाऱ्यांवर कायद्याचा बडगा उगारला, तेव्हा तक्रारी व्हायला लागल्या! सेवाभावनेतून चांगले काम करताना कठोर राहिले की दोषी रहिवाशी इतरांना खोटेनाटे सांगून स्वतःवरचे आरोप धुडकावून लावतात, बदनामी करतात. कुठलीही पातळी गाठतात. तोच प्रकार आमच्या संस्थेत झाला. या प्रसंगाचा गैरफायदा घेऊन काही सत्तालोभी सभासद सक्रिय होऊन कामकाजात अडथळे आणत होते. तेसुद्धा तक्रार करायला लागले. परिणामी, काम करणे नकोसे झाले. सहकारीही कंटाळले. कामाची उमेद कमी व्हायला लागली. कालावधी पूर्ण झाल्यावर मोकळा झालो. आता संस्थेचे पद नाही आणि जबाबदारीही नाही. इतर कामे व छंद यांकडे जास्त वेळ देता येतो.

ही स्थिती आमच्या संस्थेपुरतीच मर्यादित नाही. बहुसंख्य सोसायट्यांत काम करताना प्रामाणिक पदाधिकाऱ्यांना अडथळे उभे राहत आहेत. कुठे हाणामारीचे प्रसंग घडून, संस्था सरकारी प्रशासकांच्या नियंत्रणाखाली येत आहेत.

सहकारी कायदा व नियम, तसेच सहकारी गृहनिर्माण संस्थांच्या कारभारासाठी बनवलेली मार्गदर्शक तत्त्वे आणि उपविधी नीटपणे अभ्यासून आपली संस्था चालवणे, ही जबाबदारी पदाधिकाऱ्यांची आहे, त्याचप्रमाणे, संस्थेच्या नियमांचे पालन करून पदाधिकाऱ्यांना सक्रिय सहकार्य करणे, हे प्रत्येक सभासदाचे कर्तव्य आहे.

दुर्दैवाने तसे होत नाही. मी राहतो त्या संकुलात किमान सहा संस्थांमध्ये वादाची स्थिती आहे. एका ठिकाणी नियमांचे शून्य ज्ञान असलेले पदाधिकारी काम करत आहेत. अशीही एक संस्था आहे की जिचा एकमेव पदाधिकारी (अध्यक्ष) सारी सूत्रे आपल्या हाती घेऊन काम करत आहे. काम कोणते करायचे, कसे करायचे, याची बेसिक माहिती नसलेल्या या माणसामुळे सचिवासह इतर गरीब स्वभावाचे पदाधिकारी मेटाकुटीस येऊन राजीनामा देण्याच्या मनस्थितीत आहेत.

आणखी एक संस्था आहे, जिचे पदाधिकारी आपले खरे सभासद कोण आणि सदनिका नावावर न झालेले नवीन सदनिकाधारक कोण ते नीट ओळखू शकत नाहीत. सरसकट सर्वांना 'सभासदांच्या' वार्षिक सभेत प्रवेश देऊन त्यांची उपस्थिती, त्यांच्याकडे अधिकृत कागदपत्रे नसताना ग्राह्य धरीत आहेत. काही संस्थेतील थकबाकीदार

रहिवासी ज्यांच्या नावे अजून सदनिका झालीही नाही, ते पदाधिकाऱ्यांशी मुजोरी करून बिनधास्तपणे राहत आहेत, वावरत आहेत.

एका संस्थेच्या व्यवस्थापकाने तर संस्थेच्या हिशेबात प्रचंड घोटाळा करून पोबारा केला आहे आणि संस्थेला आर्थिक संकटात टाकले आहे. कितीतरी संस्थांवर प्रशासक नेमण्याची कारवाई झालेली आहे.

अशी प्रशासक नेमण्याची पाळी कुठल्याही संस्थेवर कधी येऊ नये. कारण, आहे त्यापेक्षा जास्त आपत्ती त्या संस्थेवर येते. हे प्रशासक असे काम करतात की, सहा महिन्यांच्या कालावधीत संस्थेचा आर्थिक डोलारा कोसळतो!

आपली संस्था आदर्शवत राहावी असे मनापासून जर वाटत असेल, तर प्रत्येक सभासदाने सज्जन व सुसंस्कृत सभासदांकडे संस्थेचे नेतृत्व द्यावे. वर्षातून एकदा सहकारी नियम-उपविधींची अद्ययावत माहिती घेण्यासाठी आवश्यक असलेले सहकार प्रशिक्षण शिबिर आयोजित करावे आणि स्वतःसह इतर सभासदांना साक्षर-सक्षम करावे. संस्थेस प्राप्त होणारी वर्गणी व त्यातून होणारा प्रत्येक खर्च सभासदांसमोर मांडावा. सर्वसंमतीने आर्थिक व शिस्तबद्ध कारभार करावा. संशयास्पद असे कोणतेही काम करू नये. बेशिस्त, कसूरदार सभासदांवर नियमांना अधीन राहून 'योग्य' कारवाई करणे आवश्यक आहे.

शेवटी सर्वांनी जबाबदारीने, स्नेहभावाने व विश्वासाने एकमेकांना चांगले सहकार्य केले, तर प्रत्येक सहकारी गृहनिर्माण संस्था ही 'आदर्शवत व सुंदर' होईल.

•••

संस्थात्मक - २

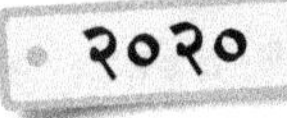

दैनंदिन जीवनोपयोगी वस्तू, खाद्यान्न, मालमत्ता इत्यादी खरेदीव्यवहार करताना ग्राहकाने कसे जागृत असायला हवे, याचे प्रबोधन करणारी 'मुंबई ग्राहक पंचायत' ही सर्वदूर महाराष्ट्रात परिचित असलेली ग्राहक संस्था आहे. या संस्थेने ग्राहकांच्या हितासाठी चांगल्या योजना कार्यान्वित केल्या असून, त्यास ग्राहक सभासद-संस्थांनी चांगला प्रतिसाद दिला आहे.

'मुंबई ग्राहक पंचायत' ही संस्था दैनंदिन आवश्यक वस्तूंची खरेदी विभागवार पद्धतीने करताना नफ्याकडे पाहत नाही; तर ग्राहकांचे हित जपते, सुरक्षा पाहते. वेळोवेळी ग्राहकांचे प्रबोधन व्हावे म्हणून एक नियतकालिकही प्रसिद्ध करते. सरकारी कायदे व नियम नेमके कसे आहेत, त्यात कोणता-कसा बदल झालाय, किती-कधी सुधारणा झाल्या, नवीन अंमलात येणाऱ्या कायद्यामुळे सर्वसामान्य ग्राहक कितपत सुरक्षित झालाय, याविषयी ही संस्था तज्ज्ञांच्या सहकार्याने समाजप्रिय सरकारी अधिकारी व आपल्या सभासद संस्थांशी सुसंवाद साधण्याचे काम स्थापनेपासून करत आली आहे.

मुंबई ग्राहक पंचायतीच्या या कार्याची दखल राज्य-केंद्र आणि जागतिक स्तरावर घेतली जातेय. दिवंगत रामदास गुजराथी व आताचे अध्यक्ष ॲडव्होकेट शिरीष देशपांडे यांचे या क्षेत्रातील कर्तृत्व सर्वमान्य झाले आहे. अशा समाजसंवेदनशील संस्थेच्या कार्याची छोटीशी ओळख मी येथे करून दिली आहे.

१५ मार्च हा जागतिक ग्राहक दिन. ग्राहक दिनाच्या निमित्ताने, आपण 'ग्राहक' म्हणून दैनंदिन व्यवहार-खरेदी करताना किती जागृत राहायला हवे, याबाबत मला आपणाशी संवाद करावयाचा आहे.

- **वस्तूचा दर्जा** : दर्जेदार वस्तू नामवंत उत्पादक तयार करतात. काटेकोर कायदे पाळून व उत्तम दर्जाचे उत्पादन करून किंवा ती खरेदी करून गिऱ्हाईकांपर्यंत पोहोचवतात. त्यामुळे थोडी जास्त किंमत असूनही आपण विश्वासाने ती वस्तू घेतो.

- **वस्तूची किंमत** : कुठल्याही पॅक केलेल्या वस्तूची-मालाची विक्री (MRP) ही त्यावर छापलेली असते. त्यामुळे ती खरेदी करण्यापूर्वी आपल्याला निर्णय घेणे सोपे होते. साधी दुकाने, मोठे मॉल्स, किंवा डिपार्टमेंट स्टोअर्समध्ये याच छापील किमतीला वस्तू आपण खरेदी करतो. त्यावर वेगळी कर आकारणी नसते.

- **वस्तूचे वजन** : कुठल्याही वस्तूचे वजन हे पॅकिंग केलेल्या वस्तूवर इतर माहितीसह असतेच. मात्र सुट्या स्वरूपातसुद्धा काही वस्तू मिळतात, तेव्हा विक्रेता आपल्याला मागणीप्रमाणे तराजूवर (अद्ययावत असलेले) वजन करून वस्तू देतो.

- **खाद्यात्रातील भेसळ** : हे प्रकार आरोग्यास हानिकारक असतात. त्यासाठी दक्षता म्हणून सरकारी यंत्रणा नेहमी जागरूक असते. मात्र ग्राहकानेदेखील नीट माहिती मिळवून दक्ष राहावयास हवे. काही प्रमुख खाद्यात्रे आहेत की, ज्यात भेसळ होऊ शकते. उदा. बेसन पीठ, दूध, मावा, तूप, विविध डाळी, तांदूळ, गहू, चहा पूड, हिंग, डिंक, हळद, मध, कोल्ड्रिंक इत्यादी.
यावर उपाय काय? तर खरेदी नेहमी 'चांगल्या' दुकानांमधून करावी, कारण तिथे प्रामाणिकपणा जास्त असतो. व्यवहारात पारदर्शकता असते. पावत्या मिळतात. त्यातूनही फसवणूक झाली तर ग्राहक न्यायालयाकडे तक्रार दाखल करणे ग्राहकाला सोपे जाते.

- **इलेक्ट्रॉनिक वस्तू** : ही खरेदी तशी स्वस्त नसते. वस्तूचा दर्जा, उत्पादक कंपनी, ब्रँड, वस्तू घेतल्यानंतरची सेवा या गोष्टी महत्त्वाच्या असतात. आपण ही वस्तू काही सारखी घेत नाही, म्हणून दक्षता घ्यायला हवी. मान्यवर-विश्वासू दुकानात जाऊन या वस्तू खरेदी कराव्यात. कुठल्याही ऑफरला महत्त्व देण्याऐवजी तिचा टिकाऊपणा, सुटसुटीतपणा जाणून घ्यावा. तिच्या दुरुस्ती-देखभालीची काय तरतूद आहे? याची नीट विचारपूस करून खात्री झाली की खरेदी निश्चित करावी.

- **ऑनलाईन खरेदी** : आता सर्वत्र ऑनलाईन खरेदीला प्राधान्य दिले गेले आहे. आपण घरबसल्या, मोबाईल-नेटवरून आवश्यक असलेल्या वस्तूची तपशीलवार

माहिती घेऊ शकतो. किमती कळतात. कंपनी कळते. त्याला मिळणारा प्रतिसाददेखील समजतो. हे चांगले आहे. पैशाचा व्यवहारही विविध-पर्यायी असतो.

मात्र याची दुसरी बाजू दुर्लक्षित करू नये. ऑनलाईन विक्री व्यवहार करणाऱ्या असंख्य कंपन्या आहेत. त्यातील निवडक कंपन्या तपासून, खात्री झाल्यावर पुढचे व्यवहार करावेत. यात आपल्याला प्रत्यक्ष वस्तू पाहण्याची, निरखण्याची-तपासण्याची संधी नसते. वितरण होते तेव्हाच वस्तू आपण प्रत्यक्ष पाहतो. 'वापरून पाहा, समाधान नाही झाले तर वस्तू परत करा, पैसे परत करू', असे काही कंपन्या जाहिरातीत सांगतात. परंतु ते थोडे किचकट असते.

फ्री ऑफर्स-सेल : अगोदर म्हटले आहे, की कुठलीही ऑफर पाहताना भुलून जाऊ नये. त्या वस्तूचे गुण-दर्जा याला प्राधान्य द्यावे, सारे नीट तपासावे. बऱ्याचदा कंपनीने एखादे उत्पादन कालबाह्य ठरवले, की क्लिअरन्स स्टॉकच्या नावाखाली कंपनी विक्रीची धडक मोहीम सुरू करते आणि आपण 'गिऱ्हाईक' होतो!

- **फसवणूक** : आपली फसवणूक होऊ नये म्हणून प्रत्येक ग्राहकाने काटेकोर राहायला हवे. ग्राहकाची फसवणूक कितीतरी प्रकारे होते. उदा. अपुरे वजन, कालबाह्य वस्तू, चुकीची (जास्त) किंमत आकारणी, डुप्लिकेट कंपनीची वस्तू, इत्यादी प्रकारांनी ग्राहक फसू शकतो. वजनाची फसवणूक करताना उत्पादक काय काय शक्कल लढवतात, माहीत आहे? सेंटच्या बाटलीत गॅस टाकतात, खाद्यपदार्थ (वेफर्स, फरसाण, टूथपेस्ट आणि अशा कितीतरी पॅकबंद वस्तू) पॅकेट्समध्ये जास्त हवा भरली जाते!

- **नियतकालिके** : आपण जागरूक ग्राहक व्हायचे असेल, तर नेहमी वर्तमानपत्रात दैनंदिन आर्थिक व ग्राहकांशी निगडित बातम्या वाचाव्यात, खूप उपयोगी माहिती मिळते त्यातून. असलेली माहितीही अद्ययावत होत राहते.

ग्राहक संस्थेचा संपर्क पत्ता : मुंबई ग्राहक पंचायत, ग्राहक पंचायत भवन, जेव्हीपीडी स्कीम, जुहू, मुंबई-४०००५६

तक्रारीसाठी ग्राहक न्यायालये : ही 'ग्राहक संरक्षण मंच' म्हणून जिल्हा मुख्यालयात कार्यरत असतात. आपण तिकडे दाद मागू शकतो.

गृह खरेदी आणि रेरा (रिअल इस्टेट कायदा) : आयुष्याचे आश्रयस्थान शोधताना गृहखरेदीबाबत प्रत्येक गरजू माणसाने सदैव दक्ष असावयास हवे, असे मला वाटते. पण घर म्हटले, की संवेदनशील माणूस हळवा होतो. गृहस्वप्नात सदैव वावरतो. दिवसरात्र स्वप्नात त्याला सुंदर व टुमदार घरे दिसू लागतात! आटोपशीर (किंवा ऐसपैस) पण अद्ययावत फ्लॅट्स त्याच्या नजरेसमोर दिसू लागतात.

'काय? स्टेशनच्या अगदी जवळ? फक्त दोन-पाच हजारांचा 'ईएमआय' भरायचा! नंतर कर्जमाफीही मिळणार? काय, सर्व प्रकारच्या फर्निचर आणि टीव्ही-फ्रिजसह ताबा मिळणार? जिम आणि क्लब यांची लाईफ मेम्बरशीप फ्री! आणि वर सर्व कर द्यायचीदेखील गरज नाही! सोने पे सुहागा!''

दररोज वर्तमानपत्रात आणि मीडियावर, फोनवर दिसणाऱ्या आकर्षक जाहिराती भोळ्या व गरजवंत ग्राहकाला भुलवत असतात. मग अधिक वेळ न घालवता गरजू गृहग्राहक सरळ संबंधित बिल्डर, डेव्हलपर किंवा काँट्रॅक्टरच्या ऑफिसशी संपर्क साधतो. बोलघेवडा व इम्प्रेसिव्ह स्टाफ, जोडीला चहापानासह उत्तम पाहुणचार, त्यानंतरचे रंगीतसंगीत प्रेझेंटेशन, आलिशान गाडी-बसमधून लोकेशन ट्रिप! घर-फ्लॅट बुकिंग करताना टोकन द्यायला आणखी काय आकर्षण हवे, सांगा. लगेच बुकिंगप्रक्रिया सुरू होते. त्या गडबडीत अटीशर्तींचे पेपर्स स्वाक्षरीसाठी पुढे येतात. आपण त्यावर उत्साहात, हसतमुखाने सह्या करतो आणि मग बांधले जातो!

गृहखरेदी करताना गरजूंची फसवणूक होऊ नये म्हणून दक्ष असणाऱ्या ग्राहक संघटना आणि अभ्यासू लोक प्रतिनिधींनी अथक पाठपुरावा केल्यानंतर आपल्या देशात 'रेरा' कायदा २५ मार्च २०१६ पासून अंमलात आला, त्याला अनुसरून राज्यांनी नियमावली तयार केली आहे. त्याचे पालन संबंधितांना कायद्याने बंधनकारक झाले आहे. त्यामुळे आता गृहखरेदीच्या व्यवहारामध्ये बरीचशी सुरक्षितता आली.

वस्तू-अन्नधान्य खरेदी असो किंवा गृहखरेदी असो, प्रत्येक ग्राहकाने व्यवहार करताना नेहमी सतर्क आणि जागृत राहायला हवे, ही अपेक्षा!

•••

देश परदेश

आपल्या भारत देशाचा स्वातंत्र्य उत्सव मोठ्या उत्साहात आपण सारे जण ऑगस्ट महिन्यात साजरा करतो. हा स्वातंत्र्य उत्सव साऱ्या देशभरातच नव्हे, तर जगभरातील आपले भारतीय बांधव साजरा करतात. त्या सर्वांना माझा सस्नेह सलाम आहे. हिमालयातील पदभ्रमण, गिर्यारोहण व पर्यटन करताना मला आपल्या देशाच्या काही सीमावर्ती भागात जायची संधी मिळाली आहे. त्या वेळी मी केलेले निरीक्षण व पाहिलेले वास्तव आता सांगणार आहे.

भारताच्या सीमा

भारत-नेपाळ सीमा : पशुपतीनाथ व काकडविटा

आयुष्यात पहिल्यांदा देशाची सीमा ओलांडायला मिळाली ती १९८६मध्ये. दार्जिलिंग येथील जगप्रसिद्ध अशा *हिमालयीन माऊंटेनिअरिंग इन्स्टिट्यूट (एच.एम. आय.)* मधून बेसिक माऊंटेनिअरिंग कोर्ससाठी गेलो असताना, दोन दिवस मोकळे मिळाले होते. तेव्हा संदफु, कालिंगपॉंग, बटासीलूप आणि *मिरीक लेक* परिसर पाहिला. ही सारी निसर्गरम्य अशी पर्यटन स्थळे आहेत. *मिरीक लेक* तर अतिसुंदर आहे. या ठिकाणी एक मुक्कामही केला. तिथून जवळच नेपाळची सीमा (पशुपतीनाथ बॉर्डर) लागते. पासपोर्ट-व्हिसा भारतीयांसाठी लागत नाही. सुरक्षा तपासणी मात्र होते. या सीमेवरून मी आणि माझ्या सहकाऱ्यांनी पहिल्यांदा परदेशात पाऊल ठेवले!

नेपाळच्या प्रवेशद्वार-कमानीपाशी आम्ही ग्रुपसह फोटो काढले. जवळपास जाऊन बाजार, पेठेचा परिसर बघितला. त्या वेळी भारतात बंदी असलेला कोकाकोला मनसोक्त प्यायलो. ही पहिली परदेशवारी असल्याने सारे एक्साईट झाले होते व आणखी थांबायची इच्छा होती; मात्र वेळेत परतायचे असल्याने नेपाळचा निरोप घेतला आणि परतलो.

पुन्हा एकदा सीमापार जायची संधी मिळाली. *दार्जिलिंग, सिक्कीम* असे हिमालयातील गिर्यारोहण केल्यानंतर परतताना *जलपायगुढी, सिलिगुढीमार्गे* बसप्रवास होतो. ही नेपाळची सीमा *काकडविटाजवळ* आहे. राजधानी *काठमांडूला* जाण्यासाठी तिथून बसेस सुटतात. या सीमेला काही लोक 'पानीटाकी बॉर्डर' म्हणतात. वर्षभर येथे पर्यटक आणि स्थानिक यांची वर्दळ असते. सिलिगुढीहून पानीटाकीकडे जाताना एक छोटेसे गाव लागते - नक्षलबारी. हे प्रसिद्ध आहे देशभर. येथून सीमा ओलांडताना भारतीय चेकपोस्टमध्ये आवश्यक तपासण्या होतात. त्यामध्ये काही वेळ जातो. त्यानंतर आपण नेपाळच्या हद्दीत प्रवेश करतो. नेपाळ हद्दीमध्ये २ x २ आसनांच्या बसमधून दुपारनंतर सुरू होणारा आपला दीर्घ प्रवास दुसऱ्या दिवशी सकाळी काठमांडूला संपतो.

अशा रीतीने मी दुसऱ्यांदा सीमापार जाऊन नेपाळची सफर केली.

भारत-चीन सीमा : बद्रीनाथ, माना-उत्तरांचल

त्यानंतर मला भारत-चीन सीमाप्रदेशात गिर्यारोहणाच्या निमित्ताने जायला मिळाले. गंगोत्री, यमुनोत्री, केदारनाथ व बद्रीनाथ ही हिमालयाच्या कुशीतील प्राचीन व प्रसिद्ध असलेली देवस्थाने आहेत. या संपूर्ण परिसरात गिर्यारोहण करण्यासाठी देशी-परदेशी गिर्यारोहकांची वर्दळ असते. यांपैकी, बद्रीनाथ देवस्थान माना बॉर्डरपासून लांब नाही. त्या सीमेवर हिमशिखरांच्या रांगा दुरून दिसतात. गिर्यारोहकांना आव्हान देणाऱ्या काही हिमशिखरांवर यशस्वी आरोहण होते, तर काही मोहिमा अयशस्वी ठरतात.

आमच्या संस्थेने 'इनर लाईन'मध्ये प्रवेश मिळविण्यासाठी योग्य त्या प्रक्रिया पूर्ण केल्यानंतर वसुधारा फॉल (धबधबा)च्या दिशेने आम्ही निघालो. भारतीय सैनिक या ठिकाणी वावरणाऱ्या प्रत्येकावर बारीक नजर ठेवून असतात, संशय येऊ नये म्हणून सामान्य खेडूत, शेतकरी, किंवा मजुराच्या रूपात राहून आपली ड्युटी बजावतात. आम्हाला या सीमा प्रदेशात ठरावीक मार्गावर फिरण्याची परवानगी मिळाली. त्या वेळी आपल्या सैनिकांशी थोडा वेळ संवादही झाला. आपली विचारपूस करणारे कोणी आहेत, या भावनेने त्यांना बरे वाटत होते, हे त्यांच्या सुखावलेल्या चेहऱ्यावरून दिसत होते. शरीर गोठविणाऱ्या थंडीत दिवसरात्र डोळ्यांत तेल घालून शत्रू-सीमेवर नजर ठेवणाऱ्या या साऱ्या शूर जवानांचा मी ऋणी आहे.

भारत-चीन सीमा : चितकुल-हिमाचल

हिमाचल प्रदेशातील *सिमला* या राजधानीच्या शहरातून तिबेट-चीनच्या दिशेने एक महामार्ग जातो. या मार्गावर *कालपा, कुपा, नीचार, सरहान बुशहेर* अशी छोटी छोटी खेडी लागतात. या दीर्घ प्रवासात ठरावीक अंतरावर बॉर्डर चेकपोस्ट्स आहेत. या भागात,

जिकडेतिकडे सैन्याच्या गाड्या, सैनिकांच्या वसाहती, कॅम्पस व पहारे-चौकी जाता-येता पाहायला मिळतात.

मला *रुतरुंग-कृपा* या चितकुल चेकपोस्टच्या अलीकडील सांगला खेड्यात उंचावरील एका कॅम्पची सांगला कंडाची जबाबदारी कॅम्प लीडर या नात्याने मिळाली होती. इथल्या कामांमुळे कॅम्प सोडून जाता येत नव्हते. त्यामुळे चितकुल सीमा प्रत्यक्ष पाहता आली नाही. मात्र या संपूर्ण भागात लष्कराचे आधिपत्य जाणवले. सैनिकांची जागरूकता अनुभवली आणि या शूर जवानांविषयीचा आदर आणखी वाढला.

भारत-पाकिस्तान सीमा : भुज-कच्छ-गुजरात

गुजरातचा सीमाभाग *भुज* भागात विस्तारला आहे. *सर क्रिक* हे नाव तुम्ही ऐकले आहे? हे आंतरराष्ट्रीय सीमेचे महत्त्वाचे ठिकाण, जवळपास निर्मनुष्य असून मैलोन्मैल पसरलेले हे मिठागरांनी भरलेले रणमैदान आहे. इथून पलीकडे पाकिस्तानचे प्रसिद्ध कराची बंदर आहे. हासुद्धा सारा संवेदनशील सीमाभाग आहे. भारतीय सैनिक चोवीस तास या सीमेवर जागते पहारे देण्यासाठी सुसज्ज असतात.

कच्छ-भुज पाहायला येणारे हजारो पर्यटक सुरक्षा निर्बंधांमुळे सीमाभागात जाऊ शकत नाहीत. पण आवश्यक पूर्वपरवानगी घेऊन आपण तिथे जाऊ शकतो. प्रत्यक्ष सीमारेषा पाहू शकतो. त्यासाठी खूप आधी कायदेशीर सोपस्कार पूर्ण करावे लागतात.

या भागात इतर पाहायला काय आहे तेही सांगतो. खूप चांगली ठिकाणे या परिसरात आहेत. *श्री कोटेश्वर मंदिर* आहे. *नारायणपूर मंदिर* आहे. *हाजीपीर दर्गास्थान*, प्राचीन आणि जागतिक 'युनो' संस्थेने नावाजलेला *शीख गुरुद्वारादेखील* आहे. काली डोंगरी येथे प्रसिद्ध *श्रीदत्तात्रेय मंदिर* आहे. सिंधू संस्कृतीच्या वेळचे व मोहेंजोदाडो-हडप्पाच्या समकालीन असणारे *ढोलाविरा* हे अतिप्राचीन नगर अवशेष स्वरूपात आहे.

आम्ही पूर्वनियोजन करून सीमा पाहायला गेलो होतो. तो अनुभव सांगतो - प्रत्यक्ष सीमारेषेपूर्वी साधारण ८५ कि.मी. अंतरावर आमची व बसची सामानासह तपासणी झाली. लष्कराकडे असलेल्या श्वानपथकानेदेखील आमच्या बसमध्ये येऊन प्रत्येकाची तपासणी केली!

प्रत्यक्ष सीमेवर तैनात असणाऱ्या सैनिकांना आम्ही काही माहिती विचारली. त्यांनी व्यवस्थितपणे सर्वांना सांगितले- सीमेपलीकडे असणारी आणखी एक सीमा रेषा असते. तिला 'नो मॅन्स लॅंड' म्हणतात. कुठल्याही देशाचा त्यावर हक्क नसतो. सायंकाळनंतर लोखंडी तारांमध्ये जास्त क्षमतेचा वीजप्रवाह सीमासुरक्षेसाठी सोडला जातो.

इथले खंदक (बंकर्स) पहारा देण्यासाठी खूप सुरक्षित असतात. मात्र त्यात साप-विंचवांचे वास्तव्य असण्याची दाट शक्यता असते, म्हणून काळजी घ्यावी लागते.

पेट्रोलिंगची ड्युटी करताना जवानांवर प्रचंड ताण असतो. त्यातही, टीममध्ये कोणी कमी असले, तर ड्युटी संपल्यावर निघता येत नाही. या सीमेवर आपल्या नगरकडचा एक मराठमोळा जवान भेटला. आम्हाला आणि त्यालाही खूप आनंद झाला. थोडक्यात गप्पाटप्पा केल्या. त्या शूर जवानाचा अभिमानदेखील वाटला.

या सीमेवरून पलीकडे कराची शहरातील उंच इमारती दूरवर, पण स्पष्टपणे दिसतात. आपल्या हद्दीत मात्र सर्व भाग निर्मनुष्य वस्तीचा आहे.

भारत-पाकिस्तान सीमा : जेसलमेर, बारमेर-राजस्थान

भुजची सफर करण्यापूर्वी राजस्थानला ऐतिहासिक स्थळे पाहण्याचा योग आला होता. त्या वेळी जोधपूरमार्गे *पाली, पोखरण, जेसलमेर, बारमेर* हा सीमाभाग पाहिला. या परिसरात वस्ती व वर्दळ खूप आहे. मात्र गावची हद्द सोडली, की पुढे सारे काही सुनसान वातावरण असते! फक्त रस्ता आणि रस्ताच! तोही वाकडातिकडा नव्हे, तर सरळसोट रस्ता! प्रत्यक्ष पाकिस्तान सीमेवर जायला मिळाले नाही; पण भारतीय सैन्यदलाने या पूर्ण परिसरात किती चोख बंदोबस्त केला आहे ते पाहायला मिळाले. इथे पाणीटंचाई आहे. पाणी मिळते, ते वाळूमिश्रित असले, तरी घ्यावे लागते.

हा वाळवंटी परिसर निर्मनुष्य आहे. नेहमी जोरदार वाऱ्याची वादळे येतात. क्षणात सभोवती वाळूचे डोंगर उभे राहतात! अशा प्रतिकूल परिस्थितीमध्ये आपले शूर सैनिक अहोरात्र सेवा बजावीत असतात.

आपण इकडे शहर-गावांत सुखेनैव राहत आहोत आणि तिकडे देशाच्या सीमा भागात, दिवसरात्र थंडीवाऱ्याची, वादळाची, कशाकशाची पर्वा न करता आणि आपले कुटुंब विसरून शूर जवान देशसेवा करून भारतीय सीमांचे रक्षण करत आहेत. मी मनापासून या सर्व भारतीय जवानांचा शतशः ऋणी आहे. देशाच्या त्र्याहत्तराव्या स्वातंत्र्यदिनाला अभिवादन करताना, सर्व देशप्रेमींना माझे नम्र आवाहन आहे की, भटकंती करताना, पर्यटक म्हणून फिरताना आयुष्यात एकदा तरी आपल्या देशाच्या सीमांना भेट द्या. सीमेवर जा. तो परिसर पाहा. देशाच्या सीमांचे अहोरात्र, प्राणपणाने रक्षण करणाऱ्या भारतीय जवानांना भेटा. त्यांच्याशी संवाद साधा. तुम्हाला वास्तवाची जाणीव होईल आणि आपल्या सैनिक बांधवांचे बळ आणखी वाढेल...

• • •

समाजसंवेदना – १

प्रत्येक माणसाला व प्राणीमात्राला जगायला काय लागते? पाणी. हे पाणी आपले जीवन आहे, असे लहानपणापासून मी ऐकत आलोय. मात्र हेच पाणी सर्वदूर नेण्यासाठी मूळ नदीकाठच्या व खोऱ्यात विस्थापित होत असलेल्या स्थानिक निवासी-आदिवासी बांधवांच्या कायमस्वरूपी सुरक्षित पुनर्वसनाचे काय?

या प्रश्नाकडे माझे लक्ष वेधले गेले ते एका माहितीपटामुळे. शिल्पा बल्लाळ या तरुणीने प्रत्यक्ष पाहिलेले व अनुभवलेले संकटग्रस्तांचे वास्तव चित्रण आणि पुढच्या पिढीसाठी सुरू असलेल्या शैक्षणिक सत्कार्याची ओळख या माहितीपटात आहे. शिल्पा ही सामाजिक विषयांची चांगली जाण असणारी कृतिशील कार्यकर्ती आहे. नर्मदा सरोवर प्रकल्पग्रस्त आंदोलकांचा निकराचा लढा या महिला दिग्दर्शिकेने यात दाखविला असून तो पाहणाऱ्याला अस्वस्थ व अंतर्मुख करतो.

समाजमनात घर करून राहण्याची व प्रसंगी समाजाला वास्तवतेची जाणीव देऊन सक्रिय करण्याची ताकद देणारा चित्रपट कसा पाहावा, याविषयी राज्यभर चळवळ उभारून गेली. ५० वर्षे कार्यरत असलेल्या 'प्रभात चित्र मंडळ' या प्रसिद्ध सिनेसंस्थेमुळे मला हा माहितीपट बघायला मिळाला.

आज मला येथे या माहितीपटाचे परिक्षण किंवा रसग्रहण करायचे नाही, तर इतरांच्या विकासामुळे विस्थापित होत असलेल्या आदिवासी बांधवांच्या नव्या पिढीला नवशिक्षणाच्या माध्यमातून उभे करण्याचा ध्यास घेणारी समाजसेवी मंडळी, मूठभर असूनही कशी झटत आहेत, त्याची थोडी ओळख करून द्यायची आहे.

पाणी आणि जीवनशाळा

गुजरात राज्याला प्रामुख्याने फायदेशीर ठरणारा नर्मदा सरोवर जलप्रकल्प पूर्णत्वाला नेताना नर्मदा नदीच्या काठावरील आणि तिच्या खोऱ्यातील विस्थापित अवस्थेतल्या

जुन्या-नव्या पिढीचा जीवन-मरणाचा प्रश्न सर्वांसमोर आणणाऱ्या *मेधाताई पाटकर* ३५ वर्षे न्यायासाठी निस्वार्थीपणे लढा देत आहेत. गुजरात, मध्य प्रदेश आणि महाराष्ट्र ही तीन राज्ये या प्रकल्पाशी संबंधित आहेत; पण विस्थापितांविषयी ती पुरेशी गंभीर नाहीत, हे सत्य या माहितीपटात आपण पाहताना नर्मदा नदीच्या खोऱ्यात सुरू झालेल्या जीवनशाळांचा परिचय होतो. ही जीवनशाळा चालविणारे तरुण-तरुणी उच्चशिक्षित आणि सुसंस्कृत आहेत. स्थानिक तरुण वर्गाला प्रशिक्षित करून त्यांना सक्रिय करण्याचे काम ही मंडळी प्रामाणिकपणे करत आहेत. सरकारी दुर्लक्षामुळे, विस्थापित होणाऱ्या निरक्षर किंवा अल्पशिक्षित आदिवासी बांधवांच्या मुलांमध्ये शिक्षणाची जिज्ञासा या तरुण कार्यकर्त्यांनी निर्माण केली आणि मग १९९१मध्ये पहिली जीवनशाळा या परिसरात सुरू झाली ती चिमलखेड्यात, नंतर निमगव्हाणमध्ये.

आज हे *'नर्मदा नवनिर्माण अभियान'* एकूण नऊ शाळा चालवत आहे, ज्यात प्राथमिक स्तरावरचे शिक्षण दिले जाते. सुमारे एक हजार मुले-मुली जीवनशाळांत शिकत आहेत. ही मुले-मुली आश्रमशाळा किंवा शासकीय मदतीवर चालणाऱ्या वसतिगृहात पुढच्या शिक्षणासाठी जातात. आजवर या जीवनशाळांतून पाच हजार मुले-मुली पुढे गेले आहेत. त्यांतील काही क्रीडाक्षेत्रात विशेष कामगिरी करत आहेत.

या जीवनशाळांचे वैशिष्ट्य म्हणजे आदिवासी संस्कृती, त्यांची दैवते व इतिहास यांची जपणूक व त्यांचा अभ्यास करणे. त्याचबरोबर पिढीजात शहाणपण, कौशल्य यांना महत्त्व देत जंगलाचे ज्ञान, शेतीची ओळख आणि स्वच्छता, स्वावलंबन यांबाबत जागृत होणे. या जीवनशाळेत बोलीभाषा व राज्यभाषा दोन्ही आहेत.

मात्र, केवळ पुस्तकी धडे न देता कामाच्या अनुभवातून जीवनाशी निगडित कौशल्य विकसित करणारे शिक्षण घेणे, तसेच निसर्ग आणि वनसंपदा सुरक्षित ठेवण्याची दक्षता घेणे याकरिता या जीवनशाळा काम करीत आहेत.

या शाळेतील मुलांच्या सर्व आवश्यक गरजा व आरोग्य यांची पूर्तता होते. मुलांना न्याहारी व दोन वेळचे जेवण दिले जाते. समाजाचाही यात सहभाग वाढावा, म्हणून विविध प्रयत्न केले जात आहेत. त्यासाठी गावपातळीवर देखरेख समित्या आहेत. जीवनशाळांच्या परिसरातील स्थानिक भाषा-संस्कृतीची, वातावरणाची माहिती असलेले शिक्षक येथे कार्यरत आहेत. काही शिक्षक तर जीवनशाळेत शिकून पुढे गेले आहेत. या जीवनशाळेतील बरीच मुले म्हणजे त्यांच्या घरातील शिक्षण घेणारी पहिलीच पिढी आहे.

प्रत्येक मुलाला आपल्या घटनेने *'शिक्षणाचा मूलभूत हक्क'* दिला आहे. तो हक्क या आदिवासी मुलांनाही मिळावा याकरिता प्रयत्न करणाऱ्या या शहरी तरुणांचे प्रयत्न खरोखर गौरवास्पद आहेत. त्यांच्या सत्कार्याला माझ्या सप्रेम शुभेच्छा आहेत.

हे अभियान अधिक जाणून घेण्यासाठी कार्यकर्त्यांनी दोन संपर्क स्थळे दिली आहेत.

परवीन जहांगीर
२६१, ज्युपिटर अपार्टमेंट्स,
४१, न्यू कफ परेड, मुंबई-४०००००५.
फोन : ०२२२२१८४७७९/०९८२०६३६३३५

विजया चौहान
ऑलिंपस सोसायटी, छोटानी मार्ग,
माहीम (पश्चिम), मुंबई-४०००१६
फोन : ०९८२०२३६२६७.

• • •

समाजसंवेदना – २

'मीडिया', ज्याला आपण मराठी भाषेत 'प्रसारमाध्यम' म्हणतो, हे प्रसारमाध्यम पार गावपातळीपासून ते थेट जगभरातल्या घडामोडी आणि बित्तंबातम्या तुमच्यापुढे पूर्वीपासून मांडत आलेय. पूर्वी फक्त वर्तमानपत्र आणि आकाशवाणी ही दोन माध्यमे कार्यरत होती. आज मीडिया परिवार मोठा झालाय. उपग्रहाच्या मदतीने टीव्ही, इंटरनेट आणि अद्ययावत प्रसारमाध्यमे जगभरातील घराघरांत परिचित झाली आहेत.

या प्रसारमाध्यमांमध्ये आजही अग्रणी व प्रभावी असणारी दैनंदिन वृत्तपत्रे प्रत्येक जागत्या तसेच जिज्ञासू वाचकांच्या आयुष्यात जवळीक ठेवून आहेत.

अशा या प्रभावी प्रसारमाध्यमांत म्हणजेच वृत्तपत्रात, स्वेच्छेने पत्र लिहून सामाजिक समस्या आपल्या परीने मांडणारे आणि त्या सोडविण्याचा प्रयत्न करणारे काही 'प्रामाणिक वृत्तपत्र लेखक' येथे भेटणार आहेत...

लिहू कशाला?...

ही घटना आहे १९९३मधली. 'मराठी वृत्तपत्र लेखक संघ' या मुंबईतील प्रसिद्ध संस्थेच्या कार्यक्रमाला मी गेलो होतो. बरोबर एक मित्र होता. 'वृत्तपत्रातील आपली अप्रकाशित पत्रे' या विषयावर बोलायची स्पर्धा होती. मित्र या स्पर्धेत भाग घेणार होता.

पत्रलेखक मित्राने या स्पर्धेत त्याच्या अप्रकाशित पत्राबद्दलचे मत सांगितले. एका प्रसिद्ध लेखिकेने महाभारतासंदर्भातील एका लेखात विदुरावर खालच्या पातळीवरील टीका केली होती. हा लेखन प्रकार ठीक नव्हे, अशा आशयाचे मित्राने पाठविलेले पत्र वर्तमानपत्रात छापले गेले नाही.

आणखी एका पत्रलेखकाने आपला अनुभव ऐकवला - संयुक्त महाराष्ट्र आंदोलनात जे १०५ हुतात्मे झाले, त्यांच्या स्मारकाचे काम महापालिका करणार होती. याबाबत हुतात्मा स्मारकाच्या ठिकाणी जी १०५ नावे कोरली, त्यांतील काही नावे चुकीची

आहेत, आडनावे चुकीची आहेत, अशा आशयाचे पुराव्यासहित पत्र एका मान्यवर वर्तमानपत्रास त्यांनी प्रसिद्धीसाठी पाठवले. त्या पत्राला वाटाण्याच्या अक्षता लावण्यात आल्या! वर, पत्रलेखकाने केलेल्या पाठपुराव्यास अपमान सोसावे लागले. पार अत्रे, गडकरी यांच्यापर्यंत संपर्क साधला; पण वाद झाले, तरी त्यांनी प्रयत्न सोडले नाहीत. एक वर्षानंतर मात्र याची दखल घेतली गेली. योग्य कार्यवाही झाली आणि त्यांचे पत्रदेखील छापले गेले!

पुण्याजवळील एक थोर व्यक्तीच्या उतारवयातील आर्थिक हालाची कहाणी एका पत्रलेखकाने वर्तमानपत्राला कळविली. सरकारने मानधन द्यावे हा हेतू होता. पण उपयोग झाला नाही. पण एक गंमत झाली!

काही कालावधीनंतर याच आशयाची एक बातमी 'त्या' वर्तमानपत्रात आली. पत्रकारांनी त्या वयोवृद्ध व्यक्तीची मुलाखत वगैरे घेतली. पत्रकार परिषदही झाली. 'त्या' व्यक्तीला अखेर न्याय मिळाला! या पत्रलेखकाला काहीच प्रसिद्धी मिळाली नाही. मात्र त्याच्या पत्रलेखनाचे सार्थक झाले.

या स्पर्धात्मक कार्यक्रमाचे प्रमुख पाहुणे प्रतापराव माने हे अनुभवी वक्ते होते. संघाचे मान्यवर सदस्यही होते. या विषयावर ते बरेच बोलले. अडीचशेच्या वर पत्रे लिहिली आहेत त्यांनी वर्तमानपत्रात! ते व्याख्यानमालेत व्याख्यानही देतात. आपल्या भाषणात ते म्हणाले की, ''आपल्या पत्रात नुसत्या तक्रारी नसाव्यात. इतर विषयसुद्धा असले पाहिजेत.''

''आपली पत्रं प्रसिद्ध होत नाहीत, म्हणून नाराज कशाला व्हायचं? माझी तर बरीच पत्रं प्रकाशित होत नाहीत. मला त्याचं काही वाईट वाटत नाही! मध्यंतरी एका पेपरला चांगला एक लेख लिहून पाठवला होता. तर माझ्याऐवजी रामकृष्ण बजाज यांनी लिहिलेलं अगोदर छापलं गेलं! माझं नंतर!''

हा कार्यक्रम लक्षपूर्वक पाहत आणि ऐकत असताना माझ्या मनात सहज आलं, की आपणसुद्धा वृत्तपत्रात काही पत्रलेखन केलेय, त्यावर बोलू या. त्यानंतर आयोजकांना विनंती केली. त्यांनी बोलायची संधी दिली. त्या वेळी बोलताना दोन पत्रांचे संदर्भ दिले.

१९९०च्या फेब्रुवारीत एका वृत्तपत्रातील 'धावते जग' या सदरात निसर्ग व पर्यावरण या विषयावर एक संक्षिप्त लेख प्रसिद्ध झाला होता. शीर्षक होते *गुदमरली गंगामैय्या*. पर्यटनाच्या निमित्ताने वर्दळ वाढलेले हिमालयाच्या कुशीतील 'गंगोत्री' हे प्रसिद्ध तीर्थक्षेत्र पर्यावरणाच्या समतोलास अडथळा ठरेल, अशा आशयाचा हा लेख मी वाचला होता. त्यातील काही माहिती अर्धवट व चुकीची वाटली. म्हणून वृत्तपत्राला पत्र लिहिले की, 'प्रत्यक्षात, गंगोत्रीच्या पुढे गोमुखपर्यंत गाड्या व इतर वाहने जात-येत नाहीत. तशी परिस्थितीही नाही. गंगोत्रीच्या पुढे वाहन जाण्यासारखा रस्ता अथवा वाट

नाही. फक्त मिलिटरीच्या हेलिकॉप्टरसाठी हेलिपॅड आहे. खेचर, गाढवे, घोडे व डोली वाहून नेण्यासाठी कच्ची पायवाट आहे.' हे पत्र छापले गेले नाही.

वास्तविक, अशा अर्धवट माहितीच्या लेखांमुळे नवख्या आणि अज्ञानी वाचकांची दिशाभूल होते. तेव्हा खरे काय ते वाचकांसमोर यायला नको का?

दुसऱ्या एका वर्तमानपत्रास एक पत्र पाठविले होते. बसमध्ये एका कंडक्टरने नोटांवरून खालच्या पातळीवरचे भांडण केले, त्याबाबतची तक्रार होती. ते छापले गेले नाही.

मला ही वर्तमानपत्रास पत्र पाठवण्याची पद्धतच बरोबर वाटत नव्हती. निदान त्या कार्यक्रमापूर्वी तसे वाटत होते. मात्र नंतर वाटू लागले, की ही लिहिलेली पत्रे खूप काही करू शकतात. आपण फक्त, 'पेपरमध्ये प्रसिद्धी मिळून काय होणार? समस्या व प्रश्नांवर कार्यवाही होणं महत्त्वाचं आहे. त्यासाठी लिहू कशाला?', हीच भावना बाळगत होतो.

यापुढेही आपण पत्रे लिहून वृत्तपत्रांना पाठवायला हवीत. त्याद्वारे भोवतालच्या समस्या-प्रश्नांना वाचा फोडायला हवी, असे वाटू लागले आणि मग, 'लिहू कशाला?' म्हणणारा मी पुन्हा लिहिता झालो!

• • •

मनातलं जनांत – १

या जगात, प्रत्येक माणसाच्या आयुष्यात या ना त्या कारणाने, पोलिसांशी आणि कोर्टाशी एकदा तरी संबंध येतो. समाजात कायदा व शांतता अखंडित ठेवण्याची मोठी जबाबदारी पार पाडणारे पोलीस खाते आणि जनतेला विश्वासाने न्याय देऊन अपराध्याला शिक्षा देणारे न्यायालय, या दोन प्रभावी यंत्रणा समाजजीवनात अत्यावश्यक आहेत.

मात्र आज 'पोलीस' म्हटले की सामान्य माणसाच्या मनात कारण नसताना धडकी बसते! कुठल्याही कारणासाठी कोर्टाची पायरी चढायची वेळ आली, तरी त्याचे ब्लड प्रेशर वाढू लागते! वास्तविक असे व्हायला नको.

मला आयुष्यात दोन्ही ठिकाणच्या पायऱ्या चढाव्या लागल्या. त्यामुळे पोलीस आणि कोर्ट मला थोडेफार उमगले आहे. काही भलेबुरे अनुभवही गाठीशी आले आहेत. मी या दोन्ही यंत्रणांना आदरस्थानी मानतो व त्यांच्याबद्दल विश्वास बाळगून आहे.

पोलीस स्टेशनची पायरी चढल्यानंतर वेळोवेळी कोणते अनुभव मला मिळालेत, त्यातले निवडक प्रसंग येथे सांगत आहे.

पायरी पोलीस स्टेशनची

नोकरी लागण्यापूर्वी काही बेकार तरुण एकत्र येऊन त्यांच्यावर झालेल्या अन्यायाविरोधात एक दिवसाचे घोषणा आंदोलन करत होते. त्यात मी एक बेकार म्हणून सहभागी झालो. सरकारी अधिकाऱ्यांना निवेदन देण्याचा कार्यक्रम ठरला होता. आम्हा बेकार तरुणांमधील काही मोजके कार्यकर्ते या आंदोलनाचे नेतृत्व करत होते. या आंदोलनात पोलिसांनी सगळ्यांना पोलीस व्हॅनमध्ये टाकले आणि पोलीस ठाण्यात आणले. आयुष्यातील हा पहिला प्रसंग! ग्रुपमधील इतरांच्याही आयुष्यातील हा पहिलाच प्रसंग असावा. पोलीस स्टेशनची पायरी पहिल्यांदा अशी चढलो.

ठाणे अंमलदारासमोर सर्वांना हजर करण्यात आल्यानंतर साहेबांनी चौफेर नजर फिरवत आमच्यावर शेरेबाजी केली. ते शब्द आता इतक्या वर्षांनंतर नीटसे आठवत नाहीत, पण सगळेच त्या वेळी हबकून गेलो होतो. नंतर मात्र साहेबाने आम्हाला चांगली वागणूक दिली. कोणा इन्स्पेक्टरला 'या सर्वांची लिस्ट करा, नीट माहिती घ्या', अशी सूचना त्यांनी केली.

सगळ्यांचा दिवसभर तिथे मुक्काम होता. त्यानंतर काय करतील, ही धाकधूक मनात होती. साहेबांनी सगळ्यांना चहा आणि वडापाव मागवला! आता आम्ही बरेच सावरलो. एकमेकांना धीर देत राहिलो. आमचे नेते दुसऱ्या साहेबांबरोबर सरकारी अधिकाऱ्यांची भेट घ्यायला गेले. सायंकाळच्या सुमाराला ते हसतमुख मुद्रेने पोलिसांबरोबर परतले. 'आपल्याला आता धास्ती नाही, बरं का! आपल्या मागण्या त्यांनी मान्य केल्या आहेत. नवीन नियुक्तीचा आदेश शासन लवकरच काढेल.' असे सांगून, छोटेखानी भाषण त्या पोलीस स्टेशनमध्येच करून आमच्या नेत्याने सर्वांना आश्वस्त केले!

त्यानंतर एका पोलिसाने सर्वांची सही रजिस्टरमध्ये घेतली, आणि 'निघा आता', असे फर्मान साहेबांनी सर्वांना सोडले! अत्यानंदात आणि विजयी मुद्रेने प्रत्येक जण तिथून निघाला!

पोलिसांशी दुसऱ्यांदा संबंध आला तो एका जुन्या माहितीची दाखला प्रत घेण्यासाठी. संबंधित पोलीस स्टेशनला जाऊन त्याची माहिती विचारून घेतली. तसा अर्ज करायला मला सांगण्यात आले. मग अर्ज नेऊन दिला. महिन्यानंतर यायला सांगितले. 'जरा लवकर हवी होती', अशी विनंती केल्यानंतर, 'ठीक आहे. या दहा दिवसांनी', असा दिलासा मिळाला! दहा दिवसांनी गेल्यानंतर कागदपत्रे मिळालीही.

एकदा मुलाचे पाकीट बसमधून कुठेतरी गहाळ झाले, तेव्हा बसचा दुसरा पास व शाळेचे ओळखपत्र मिळवण्यासाठी पोलीस स्टेशनचा दाखला आवश्यक होता. मग मुलालाच घेऊन गेलो तेथे. ड्युटी ऑफिसरने मुलाला न्याहाळत त्याला काही प्रश्न विचारले, काही मला विचारले. सारी माहिती आम्ही दिल्यावर साहेबाने एका हवालदाराला बोलावून घेतले व तसा दाखला द्यायला सांगितले. नंतर व्यवस्थित घटना लिहून हवालदाराने ती एका वहीत नोंदविली आणि दाखला प्रत साहेबाची सही घेऊन आम्हाला दिली.

उपनगरात राहणारा जवळचा एक नातेवाईक संकटात सापडला होता. त्याची तक्रार आली होती पोलीस स्टेशनला. बिचारे सगळे कुटुंब घाबरले होते! किरकोळ विषयावरून गैरसमजुतीपोटी कुठलातरी वाद घडला होता शेजाऱ्याशी! या घटनेची सगळी माहिती मी घेतली. त्या कुटुंबास धीर दिला व तीन नातेवाईकांस घेऊन संबंधित पोलीस स्टेशनला गेलो. एक साहेब ओळखीचे होते. सगळी हकिकत ऐकल्यावर त्यांनी तसा लेखी जबाब

माझ्या नातेवाईकाकडून लिहून घेतला आणि 'असे पुन्हा होऊ देऊ नका,' असे प्रेमळ भाषेत सांगून सामोपचाराने शेजाऱ्यांशी वागायची सूचना केली. नंतर ते प्रकरण मिटले.

सोसायटीमध्ये चांगले काम करूनही दुष्ट गुंड प्रवृत्तीचे रहिवाशी एखाद्या वयोवृद्ध माणसाला आणि चांगल्या रहिवाशांना कसे सतावतात, रीतसर तक्रार करूनदेखील काही पोलीस अधिकारी अर्धी बाजू जी चुकीची व खोटी असते, ती ऐकून तक्रारदारास किती मनःस्ताप देतात, ती घटना येथे सांगायला हवी, कारण याचा त्रास माझ्यासह इतरांना झालाय.

यातील वाईट गोष्ट म्हणजे, गुंड प्रवृत्तीच्या रहिवाशांवर कारवाई करण्याऐवजी पोलीस स्टेशनमध्ये एका पोलीस अधिकाऱ्याने आमचीच खिल्ली उडवत आम्हाला अपमानास्पद वागणूक दिली. त्या पोलीस स्टेशनने संबंधित तक्रारीस उत्तर म्हणून एक लेखी पत्र हवालादाराकरवी पाठविल्यानंतर आम्ही तिघेही चौकशी अधिकाऱ्याची ड्युटी वेळ विचारून भेटायला गेलो, तर हे अधिकारी महाशय आमची खिल्ली उडवीत म्हणाले, "तुम्ही रिटायर्ड मंडळी, काम नाही म्हणून अशा तक्रारी करत बसता काय? रिकाम्या डोक्याला काही कामधंदा नसतो, तसं तुम्हा म्हाताऱ्यांचं झालंय. तुमचं रिकामं डोकं कुठे चांगल्या कामासाठी वापरा की..."

आम्हा तिघांना धक्काच बसला! संयम ठेवत गप्प राहिलो. मग डोक्यात प्रकाश पडला - त्या गुंड प्रवृत्तीच्या रहिवाशांचे आणि या अधिकाऱ्याचे काहीतरी संगनमत निश्चितच झाले असणार! त्याशिवाय हा अधिकारी आपल्याला अशी खालच्या पातळीची वागणूक कसा देईल?

अधिकाऱ्याची ही शेरेबाजी व अपमान ऐकणे सहनशक्तीपलीकडचे होते. एक तर या अधिकाऱ्याने आम्हाला पुरते बोलून दिले नव्हते. आमचा दाखल अर्जही बाहेर काढला नव्हता.

मात्र आपण आता पोलीस स्टेशनमध्ये आहोत याचे भान ठेवत, अतिशय संयम ठेवत आम्ही अदबीने पुन्हापुन्हा, 'साहेब, अहो आमचे म्हणणे आधी नीट ऐकून तरी घ्या', असे त्यांना सांगून पाहिले. तो निर्बुद्ध अधिकारी ढिम्म आमचे ऐकत नव्हता!

'अहो साहेब, आमच्यासारख्या म्हाताऱ्या माणसांची चेष्टामस्करी, टिंगल करणारे, टपोरीगिरी करणारे रहिवासी आहेत ते. तुम्ही निदान त्यांची चौकशी तरी करा. समोरासमोर विचारा ना त्यांना बोलावून...' हे आमचे शब्द त्या दगड अधिकाऱ्याने उडवून लावले! तो स्पष्टपणे म्हणाला, "ही असली सिव्हिल मॅटर्स सोडवायला पोलिसांना बिलकूल वेळ नाही. तुम्ही निघा आता."

पुन्हा आम्ही विनवणी केली, "साहेब, पुढे काही गंभीर घटना घडू नये, म्हणून तुमच्याकडे तक्रार केलीय आम्ही..." आमची ही विनंतीदेखील त्याने सरळ उडवून

लावली. वर म्हणाला, ''आपसात मिटवा की, नाही तर कोर्टात जा... हवं तर मी तसे पत्र देतो तुम्हाला...'' अर्थात, त्याच्यापुढे बोलण्यात शहाणपणा नव्हता.

खरे तर, याच अधिकाऱ्याची आता तक्रार करायला हवी होती. पण या क्षणी सबुरीने घेणे योग्य होते. म्हणून त्याचे पत्र घेण्याचा आग्रह आम्ही धरला. तेव्हा त्या अधिकाऱ्याने त्याची इतर कामे आधी केली. नंतर चार ओळींचे पत्र लिहून, त्याची कुठे नोंदणी वगैरे काहीही न करता झेरॉक्स आणायला सांगितली. मूळ कॉपी स्वतःकडे ठेवून झेरॉक्स प्रत त्याने आम्हाला दिली.

त्याने लिहून दिलेले पत्र आणि आमचा तक्रार अर्ज घेऊन दोन दिवसांतच आम्ही एका उच्च अधिकाऱ्याच्या कानी ही घटना घातली. त्या भल्या साहेबांनी आम्हाला निर्धास्त राहण्यास सांगितले, 'काळजी नका करू. मी बघतो पुढे काय करायचे ते.' असे सांगून आम्हाला दिलासा दिला.

मात्र काही दिवसांतच कुठल्या तरी क्षुल्लक विषयावरून इमारतीत वाद झाला व आमच्या वृद्ध सहकाऱ्याच्या अंगावर धावून जाण्याची दुर्दैवी घटना घडली! गुंड प्रवृत्तीच्या त्या तरुण रहिवाशांच्या दादागिरीमुळे सोडवायला पुढे येणार कोण?

मी घरच्या वाटेवर असताना हा प्रकार मला कळविण्यात आला. लगबगीने मी इमारतीमध्ये पोहोचलो. ही गर्दी झालेली! एक जण आमच्या सहकाऱ्याभोवती घिरट्या घालत त्यांना झापत होता. मी त्याला शांत भाषेत समजावण्याचा प्रयत्न केला, तेव्हा दुसरा एक जण माझ्याच अंगावर धावून येऊन मला शिवीगाळ करू लागला! एवढ्यात कोणीतरी त्याला आवरले.

चीड आणणारी गोष्ट म्हणजे, इमारतीमधील बरेच रहिवाशी गंमत बघायला म्हणून भवती गोळा झाले होते! या लोकांची खरी ओळख आम्हाला त्या दिवशी झाली. या वाईट प्रसंगात एकाने 'लोकलज्जेस्तव' पुढे होऊन हल्लेखोरांना आवरण्याचा प्रयत्न केला. गंमत म्हणजे हा त्यांचा हितचिंतक होता!

आता ही गुंड माणसे पोलिसांशिवाय कोणाचे ऐकणार नाहीत हे आमच्या लक्षात आले. 'आत्ता पोलिसांना बोलावतो' म्हटल्यावर सगळ्यांची पांगापांग सुरू झाली. लगेच शंभर नंबरला फोन फिरवला. पोलिसांना ही घटना सांगितली. तातडीने येण्याची विनंतीही केली.

पोलीस व्हॅन तात्काळ आली. पोलिसांनी लगेच जुजबी चौकशी सुरू केली. मगाशी पांगलेले बहुसंख्य रहिवाशी हाताच्या घड्या घालून पुन्हा गंमत पाहू लागले! कुठली माहिती सांगायला ते पुढे येईनात! मग जे घडले त्याची माहिती आम्हीच पोलिसांना दिली.

या वेळीदेखील पोलिसांच्या पुढ्यात त्या गुंड लोकांचा आवाज कमी होत नव्हता. एका अधिकाऱ्याने जोरदार दम दिल्यावर मात्र चुळबूळ करत ते थोडा वेळ गप्प झाले.

आमच्या वृद्ध सहकाऱ्यांना याचा मानसिक धक्का बसला होता. वरवर ते 'ठीक आहे मी...', म्हणत राहिले. मी थोडा विचार केला व पोलिसांना विनंती केली, ''उद्या सकाळी येतो आम्ही पोलीस स्टेशनला, आता त्यांना नेणे योग्य नाही.'' पोलिसांनी ही परिस्थिती पाहिली व 'उद्या सकाळी पोलीस स्टेशनला या', अशी सूचना दोन्ही पक्षांना दिली.

दुसऱ्या दिवशी सकाळीच पोलीस स्टेशनला इतर सहकाऱ्यांसह जाऊन ड्युटी ऑफिसरपुढे काय काय घडले, ते आमच्या सहकाऱ्यांनी व्यवस्थित सांगितले. त्या गुंड प्रवृत्तीच्या रहिवाशांनादेखील बोलावण्यात आले असल्याने ते गोतावळ्यासह हजर झाले होते. आता त्यांना सामोपचार करायची बुद्धी झाली होती!

आम्ही तक्रार नोंदविण्याचा आग्रह धरला. ड्युटी ऑफिसरच्या सूचनेप्रमाणे एक महिला पोलीस अधिकारी जाब-जबाब घेऊ लागली. तिच्या पुढ्यात त्यातल्या एकाने आगाऊपणा सुरू केल्यावर तिने त्याला जोरदार खडसावले! नंतर तो गप्प राहिला.

या दुर्दैवी प्रकरणात अजून एक माहिती सांगायची राहिली. आमची खिल्ली उडवून आमचे अगोदरचे तक्रार प्रकरण गुंडाळणारा अधिकारी त्या वेळी पोलीस स्टेशनमध्ये ड्यूटीवर होता; मात्र त्याने त्या टोळक्याला जवळ केले नाही. आमच्याही नजरेला नजर दिली नाही! तो टाळू लागला आम्हाला. कारण, वरिष्ठ कार्यालयाकडून त्याला चांगला दट्ट्या बसला होता!

सध्या ते गुंड रहिवासी शांत बसलेत. कदाचित, आम्ही पोलीस स्टेशनला केलेली दुसरी तक्रार त्यांना अडचणीत आणेल किंवा 'त्यांच्या' साहेबाला वरिष्ठांकडून मिळालेला दट्ट्या, या दोन कारणांमुळे ते शांत बसले असतील.

पोलीस स्टेशनची पायरी चढण्याच्या आणखीही घटना आहेत. परंतु या ठिकाणी मी सामान्य माणूस व पोलीस यांच्यात असलेल्या नात्याबद्दलचे 'वास्तव' पैलू उलगडून दाखवायचा प्रयत्न केला आहे.

अजून एक प्रसंग सांगतो- एक घरगुती वाद होता. त्याची तड लागेना, म्हणून पोलिसात लेखी तक्रार केली. काही दिवसांनी पोलिसांनी बोलावणे पाठविले. विभागातील पोलीस चौकीमध्ये ड्यूटी ऑफिसरपुढे दोघेही हजर झाल्यावर त्याने समोरच्याला चांगल्या भाषेत खडसावले, तेव्हा, 'यापुढे सहकार्य करीन' असे स्पष्ट आश्वासन मला मिळाले. हा पोलिसांचा प्रभाव! त्यानंतर सामोपचाराने वाद मिटला.

वास्तविक घरगुती वाद असोत, की परिसरातील वाद असोत, कुठले किरकोळ मतभेद उद्भवल्याने होणारी भांडणे असोत, पोलिसांचा हस्तक्षेप झाला, की नक्की उपयोग होतो. बहुधा सामंजस्यच होते. अशा प्रकरणांत खबरदारी म्हणून पोलिसांकडे लेखी तक्रार करणे मात्र जरुरीचे ठरते.

गंभीर गुन्हेगारी रोखणे व आपल्या कार्यक्षेत्र-परिसरातील कायदा व सुव्यवस्था राखणे या कामांत पोलीस खाते सदैव मग्न असते. पोलिसांना कामाचा मोठा ताण असतो. धोका पत्करून आपले कर्तव्य बजावावे लागते, हे सर्वमान्य आहे.

पोलिसांचे हे सारे ताणतणाव, जबाबदाऱ्या विचारात घेतल्या, तरी सर्वसामान्य माणसांना संकटात असताना पोलिसांचा मोठा आधार वाटतो, ही बाबसुद्धा विचारात घ्यायला हवी. म्हणून किरकोळ वाद-भांडणे, केवळ ती वैयक्तिक आहेत, कौटुंबिक आहेत, सिव्हिल मॅटर्स आहेत किंवा परिसरातील किरकोळ घटना आहेत, असे म्हणून त्याकडे दुर्लक्ष होऊ नये. त्यासाठी पोलिसांनी वेळ द्यावा. प्राप्त तक्रार प्रकरणाची नीट शहानिशा करावी. यात योग्य-अयोग्य कोण आहे, याचे प्रामाणिकपणे निरीक्षण करावे आणि त्यानंतर पुढील योग्य कारवाई करावी, तरच 'सिव्हिल मॅटर्स'सारखे विवाद किंवा भांडणे कायमची मिटतील व कोणत्याही गंभीर प्रसंगाला सामोरे जाण्याची वेळच निरपराध माणसांवर येणार नाही.

• • •

मनातलं जनांत – २

महाराष्ट्रातील प्रसिद्ध प्रकाशन संस्था मॅजेस्टिक प्रकाशन, मुंबई यांनी विविध विषयांवरील हस्तलिखिते प्रकाशनपूर्व तपासणीसाठी मागविण्याची एक योजना जाहीर केली होती. हस्तलिखित साहित्य प्रकाशनयोग्य आहे अथवा नाही याची तपासणी अभ्यासू व चिकित्सक, जाणकारांमार्फत होणार होती.

मी पुस्तक लिहिण्याएवढे कोणी लेखक-साहित्यिक नाही. मी छंद म्हणून लिहितो. त्यामुळे मनात असलेले दैनंदिनीत येते, व्यक्तही होता येते. दैनंदिनीत अशा लिहिण्याला श्रेणी कोणती असेल? या प्रश्नाचे उत्तर मिळण्यासाठी तपासणी आवश्यक वाटली. शिवाय, या दरम्यान भटकंती आणि इतर विषयांवरील काही लेख प्रसिद्ध होत होते साप्ताहिकांत, मासिकांत आणि नियतकालिकांत!

त्यामुळे तज्ज्ञ साहित्यिकांच्या निरीक्षणानंतर आपल्याला ज्ञात होईल की आपण नेमके कुठे उभे आहोत, हा विचार मनी धरून मी दैनंदिनीचा एक भाग प्रकाशकांकडे पाठविला. त्यात सगळे स्पष्ट केले होते.

काही महिन्यांनंतर सविस्तर टिप्पणीसहित एक पत्र मला प्राप्त झाले. ते वाचले. मनी गंभीर झालो. नेमक्या उणिवा समजल्या. यापुढे दैनंदिनी लिहिताना सुधारणा करायची असे ठरवून लिखाणात सुधारणा करत राहिलो. एकदम नाही पण हळूहळू वळणे घेत लिहीत राहिलो. या दैनंदिनी लिखाणात सातत्य नसले, तरी लिहिणे थांबलेले नाही. उलट दररोजच्या घडामोडी आणि भोवतालचे वास्तव अधिक लिहिते करत आहे.

आपल्या सरधोपट दैनंदिनी लिखाणावर जाणत्या प्रकाशकांनी अभ्यासपूर्ण टिप्पणी करून अभिप्राय द्यावा, हे मी भाग्य समजतो.

आज ही टिप्पणी जशीच्या तशी तुमच्यापुढे यासाठी ठेवत आहे, की यदा कदाचित माझ्यासारख्या कोणी सहप्रवाशाला (छंदिष्ट लेखन करणाऱ्या) त्याचा उपयोग होईल.

प्राध्यापक वि. रा. जोग यांची समीक्षण टिप्पणी

" 'मॅजेस्टिक प्रकाशना'कडे पाठविलेले, आपल्या दैनंदिनीचे सुमारे दीडशे पृष्ठांचे हस्तलिखित वाचले. गेली सुमारे पंधरा वर्षे आपण जी दैनंदिनी लिहीत आहात, त्यातील ४/८/८६ ते २०/११/८७ या कालावधीतील ही पाने!

- लिखाणावरून कळते की आपण (एक) मनस्वी आयुष्य जगता... ज्यात पोटासाठी चाकरी आहे, आई-बाप-बहीण असे आप्त आहेत. मुख्य म्हणजे आपला गिर्यारोहकांचा मेळा (ग्रुप) आहे आणि त्यातल्या अनेक तरुण-तरुणींसह तुम्ही कितीएक दुर्गभ्रमणादि मोहिमा केवळ छंद म्हणून पदरमोड करून केल्या आहेत. तुमच्या या निमित्ताने होणाऱ्या ओळखी-पाळखी आणि जुळत-तुटत जाणारे स्नेहबंध हाच तुमच्या या दैनंदिनीचा गाभा आहे. लिहिता लिहिता स्वतःचे हताशपण, उदासी, एकाकीपण व क्वचित तृप्तीही तुम्ही नोंदवता. या अशा भटकंतीच्या हौसेबरोबरच (भिन्न)भाषी चित्रपट पाहणे आणि त्याबद्दलच्या स्वतःच्या प्रतिक्रिया नोंदवणे तुम्हाला आवडते. वडीलधाऱ्यांच्या संगतीचेही तुम्हाला आकर्षण आहे. थोरांच्या मुलाखती घेऊन शक्यतर छायाचित्रासह त्या कुठल्या ना कुठल्या नियतकालिकात प्रकाशित व्हाव्यात, अशीही तुमची आस आहे. तुमच्यात एक सहइहवादीही दडला आहे. म्हणून पूजाअर्चा यात तुम्ही गुंतत नाही. परंतु तुमच्या या दैनंदिनीत राजकारण मात्र जराही न यावं, हे आश्चर्याचं वाटतं! (अर्थात, आजचं राजकारण उबग आणणारं नकोसंच आहे म्हणा!) आणि एक... विवाह-बंधनाबद्दल तुम्ही मुग्ध का? की हा एक गंड आहे.
- अर्थात, या साऱ्यात केंद्रस्थानी आहे तो तुमचा पदभ्रमणाचा सळाळता, चेतनदायी छंद. त्यासाठी तुम्ही तुमचे बजेट कोसळवता, आप्तांच्या 'ओव्या' झेलता, ग्रुपच्या मिटिंगसाठी आणि इतर संपर्कासाठी कितीतरी पायपिटी करता... की केवळ हा छंद म्हणून?

'तुमचं लेखन' आणि 'लेखनातील तुम्ही' याबद्दल लिहिलं तर बरंच तरीही थोडं... लिखाण-'लेखन' म्हणून!

१. लेखन स्वान्तः सुखाय एवढ्याच हेतूने असेल, तर ते निश्चितपणे समाधानकारक झाले आहे.

२. ते आहे अशा स्वरूपात प्रकाशित व्हावे असे वाटत असेल तर...

अ. दैनंदिनीत 'तुम्ही' आरपार प्रकटायला हवे. तुमची मतं-मनोगत-मतांतरं

अजून रोखठोक सुस्पष्ट व टोकदार हवीत. मग तुमची चीड असेल, एखाद्याविषयीचे ममत्व असेल, अथवा अन्यही काही असले तरी...

ब.   पदभ्रमण म्हणजे निसर्गसाहचर्य आणि इतिहासाशी गुजगोष्ट... पण तुमच्या या 'लेखना'त या दोन्हींचा इतका अभाव कसा?

क.   तुमचे मित्र, तुमच्या मैत्रिणी हाही या दैनंदिनीतील एक अविभाज्य घटक. तुम्ही मित्रांबद्दल लिहिता. बरेचदा मनःपूतही; पण तरुण मैत्रिणींचा सहवास त्यांचं दिसणं-असणं, त्यांच्या वृत्ती प्रवृत्ती यांबद्दल लिखाणात तुम्ही पुरेसे मोकळे होत नाही. हातचे राखता. असे का? मनुज-निसर्ग नातं, माणूस आणि त्याचे आप्त, मानव व देव या नात्यांइतकच स्त्री-पुरुष, सखा-सखी नातं अनुभवण्याजोगं सहृदय आणि रमणीय असतं, असं नाही का आपल्याला वाटत?

असो, वरील गोष्टी मी मनापासून मांडल्या आहेत. आता खेळी तुमच्याकडे.''

- प्रा. जोग यांनी लिहिलेल्या या निरीक्षण टिप्पणीशी मी सहमत आहे. आता त्यातून मी काय घेतले, काय मिळवले, यांविषयी थोडक्यात सांगायचे, तर ही तपासणी मला ब्लॉगसह सर्वच लेखनाकरिता उपयोगी ठरली आहे.

- माझ्या लेखनात पुरेसे मोकळेपण नव्हते. पण नंतर थोडे मोकळे होऊन मी लिहिण्याचा प्रयत्न केला आहे.

- मी कधीही आपली दैनंदिनी पुस्तकरूपात प्रसिद्ध करणार नाही, असा मनी निश्चय केला आहे.

- मात्र बऱ्याच प्रसंगी दैनंदिनीत पूर्वी व नंतर लिहिलेली माहिती-घटना-संदर्भ खूपदा प्रसिद्धी-लेखनासाठी मला उपयोगी ठरत आहेत.

- दैनंदिनी लेखनात प्रा. जोग यांच्या टिप्पणीनुसार शक्य तेवढ्या सुधारणा करीत, हे लिखाण सातत्य ठेवले आहे. त्यामुळे आंतरिक समाधान मिळत आहे.

• • •

मनातलं जनांत – ३

पुणे-आळंदीत एकदा काही कामानिमित्ताने जाणे झाले. बरोबर एक सहकारी मित्र होता. त्यावेळची ही 'वाद' घटना आहे. पुण्याहून आळंदीत दाखल झाल्यावर डॉ. बुचके म्हणून एक सद्गृहस्थ आहेत, त्यांचे घरी जाऊन एका कार्यक्रमाबद्दल बोलणार होतो.

श्रीज्ञानेशांच्या आळंदी या पुण्यनगरीत आल्यावर मला माहेरघरी आल्यासारखे वाटते. जास्त करून इथे मी एकट्यानेच येतो. एक दोन दिवस मुक्कामही करतो. एकांती चिंतन व आत्मपरीक्षण करायला इथे निवांत क्षण मिळतात. मन-चित्तास प्रेरणा मिळते. उदासी कमी होऊन उत्साह येतो. बाहेरच्या व्यवहारी जगात परत जाऊच नये, असे वाटते.

पण आपण अजून व्यवहारी जगाच्या बेड्यात अडकलेले आहोत. इथे आलोय ते पॅरोलवर. इथून परत बाहेर जावे लागणारच आहे, असे वाटून उदासी येते. पण ठीक आहे. इथे मिळणारी ऊर्जा बाहेरच्या जगात उपयोगी ठरतेय, याचे समाधान मोठे आहे.

आता विषयाकडे वळतो. माझा सहकारी मित्र नाना स्वभावाने स्पष्टवक्ता पण शंकेखोर. त्याने बुचके डॉक्टरांच्या घरी साध्या विषयावरून त्यांच्याशी चक्क वाद घातला! ही खटकणारी घटना माझ्या कायमची लक्षात राहिली. हे काही भांडण वगैरे नव्हते. हा एका अभ्यासू व्यक्ती आणि अपरिपक्व व्यक्ती या दोघांमध्ये घडलेला दुर्दैवी वाद होता.

वाद की वितंडवाद ?

आळंदी क्षेत्रात कीर्तन, संकीर्तन, प्रवचन आणि ज्ञानेश्वरीचे अभ्यास-पाठ देणाऱ्या संस्था कार्यरत आहेत. संपूर्ण हरिपाठ पारायणाच्या पाठशाळादेखील आहेत. त्यामुळे आळंदीत सर्वत्र भक्तिमय वातावरण असते.

अशा पुण्यनगरीत डॉक्टर बुचके कुटुंबासह राहातात. अध्ययनाचे धडे देतात. मी त्यांना पूर्वी भेटलो असताना त्यांच्या ज्ञानाचा प्रत्यय आला होता. त्या दिवशी

डॉक्टरांसमवेत आमच्या नियोजित कार्यक्रमाबाबत छान बोलणे झाले.

त्यानंतर नानाने डॉक्टरांशी बोलण्यास सुरुवात केली.

''डॉक्टरसाहेब, मला एका विषयावर आपल्याशी बोलायचेय, विचारू का?''

''बोला ना, काय आहे विषय तुमचा?'' डॉक्टरांनी हे म्हटल्यावर लगेच नाना त्यांना म्हणाला, ''वारकऱ्यांबद्दल मला राग आहे. डॉक्टरसाहेब, तुमचे यावर काय मत आहे?''

नानाचा हा प्रश्न ऐकल्यावर डॉक्टर काहीसे अपसेट झाले. पण त्यांनी शांतपणे नानास उत्तर दिले. ''अहो, मी स्वतः एक वारकरी आहे. तुम्ही आम्हा वारकऱ्यांवर उगीच टीका करू नका. हा आरोप करताना आधी वारकरी जाणून घ्या. तुम्हाला काय अधिकार आहे असे ठरविण्याचा? केवळ तुमचा त्यांच्यावर राग आहे म्हणून?''

नाना त्यांना म्हणाला, ''अहो, हे वारकरी भोळसट असतात. बरे काय, वाईट काय याचे ज्ञान त्यांना असते कुठे? कशावरही विश्वास ठेवतात ते.''

डॉक्टर आणखी अस्वस्थ झाले. मात्र संयम ठेवीत त्यांनी नानाला प्रतिप्रश्न केला- ''तुम्हाला खरा वारकरी कळलाय का? तो वारकरी आधी जाणून घ्या की.''

''अहो, सगळे वारकरी सारखे आहेत. बोलतात एक, वागतात वेगळे.'' नाना माघार न घेता म्हणाला.

डॉक्टर त्यावर ठामपणे बोलले, ''तुम्हाला पुन्हा सांगतो मी, तुम्ही सगळ्या वारकऱ्यांना एकाच मापात कसे मापता?''

''मला काही हे पटत नाही डॉक्टरसाहेब, कसलेही ज्ञान त्यांना नसते, उगीच कशावरही ते विश्वास ठेवतात.''

त्यावर डॉक्टरांचा आवाज थोडा वाढला. ते म्हणाले, ''तुम्ही कशावरून ज्ञानी आहात? वारकरी कोण, याचे आधी ज्ञान तर घ्या, मग बोला ना वारकऱ्यांवर. उगीच फालतू चर्चा करायला काही अर्थ नाही. आणि तुम्ही साठवून ठेवावेत असे ज्ञान प्रथम मिळवा. विचार मनात येणे ही परमोच्च क्रिया आहे, की जी क्रिया आपल्यावर अवलंबून असते. आचरण कसे करावे हे मात्र आपल्या हातात असते.'

नानाने लगेच त्यांना म्हटले, ''मी वारकऱ्यांबद्दल तुम्हाला विचारतोय. इथे आचरणाचा विषय कुठे आला?''

त्यावर डॉक्टर उत्तरले, ''तुम्ही चुकीचे विचारलेत, हे आचरण चुकीचे नाही? चुकीचे विचार नव्हेत काय?''

माझ्या दृष्टीने हा वाद आता थांबायला हवा होता, कारण एका जाणत्या माणसाशी नानाची गाठ होती व नानाने वारकऱ्यांविषयी अर्धवट माहितीवरून प्रश्न विचारणेच गैर होते.

नानाने व्यसनी लोकांचा विषय काढला. ''दारुड्याला दारू सुरुवातीला लागते. नंतर तो आहारी जातो. त्याच्यात तो रमतो...''

डॉक्टरांचे त्यावर उत्तर होते, ''त्याचे वागणे चूक आहेच. त्याला समोर विषाचा पेला आहे. ते विष आहे याची जाणीव आहे व तो ती पितो, हे जाणूनबुजून झाले. म्हणजे स्वतःचा नाश स्वतःच करायचा आणि वर म्हणायचे मी समाधानात आहे!''

आता नानाला प्रश्न विचारावासा वाटला. तो म्हणाला, ''तुम्ही असे बोलताय म्हणजे तुमच्यात अहंकार आहे नाही का?''

आता डॉक्टर स्पष्टपणे म्हणाले, ''मी स्वतः वारकरी आहे, जे काही ज्ञान मिळवलेय, त्याचा अभिमान मला का नसावा? तुम्ही त्याला अहंकार समजताय. त्यापेक्षा वारकऱ्यांच्या गुणाविषयी आधी जाणून घ्या. उगीच घाई करून तुम्ही मत ठरवताय. विषय नीट समजण्याची कुवत तुमच्यात दिसत नाही.''

तरी नाना मागे न हटता डॉक्टरांना विचारू लागला, ''मला हे विचारण्याचे स्वातंत्र्य आहे की नाही?''

डॉक्टर ताडकन त्याला म्हणाले, ''स्वातंत्र्य जरूर आहे. पण काहीतरी बोलणे आधाराशिवाय चूक आहे. प्रथम अभ्यास करावा, मग बोलावे.''

हा वाद थांबण्याची लक्षणे दिसत नव्हती. म्हणून मी मध्येच डॉक्टरांना बाजूला घेऊन आमच्या कार्यक्रमाची पुन्हा आठवण केली व त्यांचा निरोप घेतला. निघताना त्यांची क्षमा मागितली, तेव्हा डॉक्टर थोडे शांत झाले.

बाहेर आल्यानंतर आमचा नाना सांगू लागला, ''अरे, मी अशासाठी त्यांना डिवचले की, हे वारकरी लोक रागावर नियंत्रण ठेवतात का, हे मला बघायचे होते; पण डॉक्टर तर रागावले होते! म्हणजेच, रागावर ताबा ठेवू शकत नाहीत हे वारकरी!''

नानाचा हा अजब तर्क ऐकून मीच चक्रावून गेलो! नानाला शेवटी हात जोडले आणि म्हटले, ''नाना, हा विषय आता थांबव, कारण मला तुझे तेथले वागणे व बोलणे अजिबात पटलेले नाही, कधी पटणारही नाही.''

अशा तऱ्हेने या वादाची इतिश्री झाली!

• • •

आठवणीतील व्याख्याने – १

प्रसिद्ध तत्त्वज्ञ व कीर्तनकार सोनोपंत दांडेकर यांच्या जन्मशताब्दी वर्षानिमित्ताने (१९९५) त्यांचे विचार व थोरवी सांगणारे वा सर्वांगसुंदर व्याख्यान देणारे एक जाणकार वक्ते होते. अगदी रसाळ आणि टिपणे लिहून घ्यावीत, अशा भाषेत श्रोत्यांशी संवाद करणारा हा संत अभ्यासक-साहित्यिक म्हणजे डॉ. यशवंत पाठक. यापूर्वी मला सोनोपंत दांडेकरांची फारशी माहिती नव्हती. गो. नी. दांडेकरांच्या पुस्तकात 'सोनोपंत दांडेकर हे एक मोठे व्यक्तिमत्त्व आहे' एवढेच मी वाचले होते. हे स्मरणीय व्याख्यान ऐकण्याचा योग मला रुईया कॉलेजमध्ये एका व्याख्यानमालेच्या निमित्ताने आला. त्या आठवणीतल्या व्याख्यानाविषयी हा संवाद आहे...

आज सोनियाचा दिन – यशवंत पाठक

सोनोपंत दांडेकर ही एक थोर, समाजसेवी, अभ्यासू, साहित्यिक, तत्त्वज्ञ, कर्मयोगी अशी व्यक्ती होती. त्यांची सर्वांगीण माहिती एकही शब्द अनाठायी न वापरता यशवंत पाठकांनी श्रोत्यांना सांगितली. पाठकांना त्यांचा सहवासही लाभला होता.

सोनोपंत दांडेकर हे त्या वेळच्या वारकरी संप्रदायातील एक लाडके व्यक्तिमत्त्व. अतिशय परिश्रमी व अभ्यासू. सोनोपंतांनी अनुभवी, संत-महंत व्यक्तींमध्ये वावरून, त्यांचे शिष्यत्व पत्करून, ज्ञानेश्वरीसह तुकारामांची गाथा, भगवद्गीता आणि व्यापक अशा वारकरी संप्रदायातील वाङ्मयाचा सखोल अभ्यास केला. नुसता अभ्यासच नव्हे, तर पाश्चात्त्य तत्त्ववेत्यांची पुस्तके अभ्यासून त्यांची मीमांसा केली. प्लुटो, कान्ट, ऑरिस्टॉटल इत्यादींचे वाङ्मय सोनोपंतांनी वाचून काढले.

याशिवाय, सामान्य वारकऱ्यांसमवेत राहून संकीर्तने, प्रवचने केली. दुःखितांना आधार दिला. अखंडित दानधर्म करत राहिले. त्यांनी हजारोंना अन्नाला लावले. रोजगारही मिळवून दिला. कित्येकांची लग्ने लावून दिली. लोकांची सेवा करण्यात कमीपणा मानला नाही. दानधर्म करताना स्वतःचे नाव कुठे प्रदर्शित नाही केले. कनिष्ठ माणसालादेखील

त्यांनी चांगला मान दिला.

सोनोपंत दांडेकरांनी ज्ञानेश्वरांना मायमाउली समजून त्यांच्या काव्याची समग्र मीमांसा केली. संत एकनाथांचे ग्रंथ वाङ्मय, जनाबाई, निवृत्तीनाथ अशा थोर संत-साहित्यिकांचे गद्य-पद्य साहित्य अभ्यासून दर्दी विद्यार्थ्यांपुढे चिकित्सेसाठी ठेवले.

सोनोपंत दांडेकरांच्या आयुष्याला मोठे वळण देण्याचे काम दोघा धुरिणांनी केले. एक जोग महाराज आणि दुसरे गुरुदेव रानडे. पहिल्याने 'पौर्वात्य'चे अथपासून इतिपर्यंत ज्ञानभांडार दिले, तर दुसऱ्याने पाश्चात्त्यांचा अभ्यास कसा करावा, हे सांगितले. मनी येणाऱ्या शंका-प्रश्न सोनोपंत त्या दोघांना विचारत. दोघेही अगदी प्रदीर्घ पद्धतीने सोनोपंतांचे निरसन करत.

डॉ. यशवंत पाठक आपल्या रसाळ वाणीने सोनोपंतांचे चरित्र ऐकवत होते. त्यांनी व्याख्यानात शेवटी सांगितले की, सोनोपंत आणि त्यांच्यासारख्या इतर पूजनीय व्यक्तींची जपतप स्थाने म्हणजे घर नव्हे, तर 'निसर्ग', नद्यांचे काठ, डोंगर ही होती. म्हणजे जो काही आविष्कार सोनोपंतांना मिळाला, तो घरात बसून नव्हे, तर निसर्गात, खुल्या आभाळात! ती त्यांची प्रेरणाकेंद्रे होती!

डॉ. यशवंत पाठकांनी या व्याख्यानाचा समारोप करताना 'अनुभव' या शब्दाची व्याख्या नव्या अर्थाने सांगितली - *'अनुभवाचा नेमका अर्थ वर्णन करताच येत नाही, 'तो' अनुभवावाच लागतो...'*

ज्ञानी-विज्ञानी, आस्तिक, साहित्यिक आणि संतवृत्तीच्या सोनोपंत दांडेकर या थोर विभूतीचा मला या व्याख्यानामुळे झालेला परिचय कायम स्मरणात राहील...

•••

आठवणीतील व्याख्याने - २

स्वातंत्र्यपूर्व काळातील थोर नेते लोकमान्य टिळक यांच्याविषयी एक विशेष व्याख्यानमाला चिपळूण (जिल्हा-रत्नागिरी) येथील सार्वजनिक गणेशोत्सव मंडळाने आयोजित केली होती. त्यातील पहिलेच व्याख्यान प्रत्यक्ष ऐकण्याचा योग मला आला. लोकमान्य टिळकांनी देशाच्या स्वातंत्र्यलढ्यात योगदान देताना वैयक्तिक आयुष्यात किती वेदना सहन केल्या, गाजावाजा न करता किती पुण्यकर्म केले यांविषयी टिळक कुटुंबाची पूर्वकहाणी व लोकमान्यांची स्वभाववैशिष्ट्ये त्यांच्या गुणदोषांसह सांगणारी ही विशेष व्याख्यानमाला चिपळूणमधीलच एक अभ्यासू व लोकप्रिय प्राध्यापक धनंजय चितळे यांनी श्रोत्यांपुढे सादर केली.

लोकमान्य टिळकांनी वर्गात, 'मी शेंगा खाल्ल्या नाहीत, म्हणून मी काही शिक्षा भोगणार नाही', अशा स्पष्ट शब्दांत आपल्या शिक्षकांना उत्तर दिले. तसेच, 'स्वराज्य हा माझा जन्मसिद्ध हक्क आहे आणि तो मी मिळवणारच.' असे बाणेदार उद्गार काढले होते. या दोन घटना टिळकांच्या कर्तृत्वाविषयी प्रसिद्ध असणाऱ्या घटना आहेत. मात्र या पलीकडेही त्यांच्या आयुष्यात काही घटना घडल्यात, की ज्या तुम्हा-आम्हाला माहिती होणे आवश्यक आहे.

मला पहिल्या एकाच व्याख्यानातून लोकमान्यांच्या अपरिचित स्वभावाची माहिती प्रभावित करून गेली. हे व्याख्यान तुम्हीसुद्धा ऐकावे, अशी इच्छा आहे...

अलौकिक लोकमान्य टिळक

लोकमान्य बाळ गंगाधर टिळक यांचे व्यक्तिमत्त्व आणि कर्तृत्व यांवर जवळपास ३५ अभ्यासकांनी ग्रंथ लेखन केलेले आहे. त्यात संस्कृत आणि ओवीबद्ध लिखाणाचाही समावेश आहे. प्रा. न. र.पाठक, ना. सी. फडके, गंगाधर गाडगीळ, सदानंद मोरे, पेंडसे, जयवंत दळवी या दिग्गजांव्यतिरिक्त इतर मान्यवर लेखक या यादीमध्ये आहेत.

प्राध्यापक चितळे यांनी हे ग्रंथ अभ्यासून टिळकांचे अलौकिकत्व श्रोत्यांना आपल्या व्याख्यानात ऐकवले. टिळक ही कशी विलक्षण वल्ली होती, याची अपरिचित माहिती चितळे यांनी सर्वांना ओघवत्या भाषेत ऐकवली.

पोहण्यात वाकबगार, स्वयंपाक करण्याची आणि होडी चालवण्याची आवड असणारा, हिशेब आणि पाठांतर करण्यात मातबर, कोणतीही जाहिरात न करता आपले सर्वस्व दान करणारा दाता, शिवप्रभूंविषयी अपार प्रेम असणारा निष्ठावंत, आकाशातील ग्रह-नक्षत्रांचा विलक्षण अभ्यासू, अवघड अशी गणिते सोडवण्यात माहिर असणारा विद्यार्थी, स्पष्टवक्ता व निर्भीड पत्रकार, एवढेच नव्हे, तर वाहन चालवायची आवड, अशी कितीतरी वैशिष्ट्ये ल्यालेली व्यक्ती म्हणजे आपले लोकमान्य टिळक!

टिळक कुटुंबातील असामान्य व्यक्ती आणि त्यांनी केलेली विविध कर्तृत्वे हेपण सर्वांना माहीत असायला हवेय.

लोकमान्यांच्या पणजोबांचे नाव केशवपंत. हे पणजोबा पेशवाईच्या उत्तरकाळात मोठ्या हुद्द्यावर होते. त्यांना कोकणातल्या अंजनवेल गावचे वतन इनाम म्हणून मिळाले होते. पण नंतर ते वतन गेले.

टिळकांच्या आजोबांचे नाव रामचंद्रपंत. वडिलांचे नाव गंगाधरपंत. त्यांचे गाव दापोली. वडील गंगाधरपंत हे व्यासंगी ग्रंथकार होते. त्यांनी विविध विषयांवर लेखन केले होते. टिळक पंचांग त्यांनी सुरू केले. दैनंदिन व्यवहारातील जवळपास तीन हजार नवीन शब्द त्यांनी निर्माण केले होते. त्यांचा स्वभाव काहीसा फटकळ होता. चिपळूण येथील शाळेमध्ये ते शिक्षक होते.

लोकमान्यांच्या आईचे नाव पार्वतीबाई. त्यांना तीन मुली झाल्या. आपल्याला आता मुलगा व्हावा म्हणून आईने आदित्य व्रत केले. कालांतराने एका असामान्य बाळाला तिने जन्म दिला. टिळक दहा वर्षांचे असतानाच ही माउली देवाघरी गेली.

हे बाळ वाढत होते. लहानपणापासून जिज्ञासू वृत्ती आणि शिकण्याची आवड असलेले हे गुणी बाळ संस्कृत भाषा शिकू लागले, विविध श्लोक व रचना पाठ करू लागले. गणिते शिकताना अवघड वाटणारी गणिते लीलया सोडविणारा हा हुशार विद्यार्थी एकदा वडिलांना म्हणाला, ‘‘मला बाणभट्टांची कादंबरी वाचायचीय, मिळेल ना मला?’’ तत्काळ वडिलांनी बाळला उत्तर दिले, ‘‘हो हो! देईन तुला ते पुस्तक; पण त्यासाठी मी तुला जे गणित देईन, ते सोडवून द्यावे लागेल, काय?’’ बाळ लगेच तयार झाला! वडिलांनी दिलेले अवघड गणित टिळकांनी तीन दिवस मेहनत घेऊन सोडवून दाखवले!

लोकमान्यांना ग्रह-नक्षत्रांबद्दल कुतूहल होते. त्यांनी या कुतूहलापोटी अभ्यास सुरू केला आणि त्यावर लिहिलेदेखील! मात्र त्यांना पत्रिका अथवा त्यावर आधारित भाकिते, व्रतवैकल्ये यांमध्ये स्वारस्य नव्हते.

टिळकांचे शालेय शिक्षण सिटी स्कूलमध्ये झाले. शाळेत अतिशय हुशार पण खट्याळ स्वभाव असणारा हा विद्यार्थी पाठांतर करण्यात सर्वांत पुढे असत. वयाच्या दहाव्या वर्षी टिळकांनी काही ग्रंथ तोंडपाठ केले होते! किचकट आकडेमोड करायला ते कधी मागे नसत. शिक्षण घेत ते कायद्याचे पदवीधर झाले.

स्वराज्य मिळवणे हा प्रत्येकाचा हक्क आहे हे मान्य, पण नुसता हक्क मान्य करून नेमके काय मिळणार? प्रथम सर्वांनी शिक्षण घ्यायला हवे, चांगले शिक्षित व्हायला हवे, राज्य असो किंवा संस्था चालविणे असो, त्यासाठी शिक्षण घ्यायला हवे, असा लोकमान्य टिळकांचा आग्रह होता. यातूनच पुढे शिक्षण संस्था निर्माण करून शाळा काढण्याची योजना त्यांनी आगरकर व चिपळूणकर यांच्यासमोर मांडली.

या त्रयींच्या संकल्पनेतून पुण्यात सन १८८०मध्ये 'न्यू इंग्लिश स्कूल' सुरू झाले. या शाळेत विद्यार्थी मार खाणार नाही, शाळेचे इन्सपेक्शन नसेल. शिक्षक विद्यार्थ्यांमध्ये मनमोकळी प्रश्नोत्तरे होतील. अशी विद्यार्थीप्रिय धोरणे ठरवण्यात आली. ही शाळा लवकरच लोकप्रिय झाली. शाळेत विद्यार्थ्यांची संख्या वाढू लागली.

खासगी शाळा नेहमी स्वतंत्र राहाव्यात. शालेय शिक्षण मातृभाषेतून व्हावे, देशातील जाणकार लोकांचे साहाय्य शालेय पुस्तके लिहिताना आवर्जून घेण्यात यावे, असा आग्रह या तिघा दिग्गजांनी ब्रिटिश सरकारकडे धरला.

ब्रिटिश गव्हर्नर जेम्स फर्गसन हे शिक्षणप्रेमी होते. टिळक-चिपळूणकर-आगरकरांनी त्यांची प्रत्यक्ष भेट घेऊन शिक्षणाविषयी आणि उच्चशिक्षणाविषयी सरकारी धोरण स्पष्ट व्हावे, अशी मागणी केली. या जेम्स फर्गसननीच टिळकांना त्यांची शाळा विस्तार करण्याची सूचना केली. स्वतः देणगीसुद्धा जाहीर केली, आणि *'Unity is Strength'* हा लोगो धारण केलेली डेक्कन एज्युकेशन सोसायटी स्थापन झाली. गव्हर्नर फर्गसन यांनी पहिली देणगी दिलेल्या डेक्कन एज्युकेशन सोसायटीचे फर्गसन कॉलेज पुण्यातील मध्यवर्ती भागात उभे राहिले.

याच फर्गसन कॉलेजचा एक हुशार विद्यार्थी विनायक दामोदर सावरकर याने पुण्यातील प्रसिद्ध लकडी पुलावर परदेशी कापडांची पहिली होळी केली. मात्र या कृत्यामुळे कॉलेजचे प्राचार्य रँग्लर शि. म. परांजपे यांनी सावरकरांना महाविद्यालयातून काढून टाकले. टिळकांनी रँग्लर परांजप्यांच्या या कारवाईवर टीका केली.

स्वराज्यपूर्व काळात सर्वत्र प्रसिद्ध असलेल्या 'केसरी' या नियतकालिकाची उपसंपादकीय जबाबदारी काकासाहेब म्हणजेच कृष्णाजी प्रभाकर खाडिलकर यांचेवर टिळकांनी सोपविली होती. सुरुवातीला ते साप्ताहिक होते, नंतर ते वार्तापत्ररूपात प्रसिद्ध होऊ लागले. संपादकाने न्यायाधीशांप्रमाणे सर्वज्ञानी असायला हवे, असे टिळकांचे धोरण होते.

'मराठा' हे नियतकालिकसुद्धा टिळकांनी सुरू केले. 'मराठा' टिळक पाहायचे, तर आगरकर सुरुवातीला 'केसरी' सांभाळायचे. 'केसरी' आणि 'मराठा' या दोन्ही नियतकालिकांतील अग्रलेखांनी इंग्रजांची झोप उडवली होती. स्पष्ट आणि निर्भीड भाषेत प्रसिद्ध होणारे लेख स्वातंत्र्यपूर्व काळातील तरुण तसेच जागरूक वाचकांसाठी प्रेरणा होते. त्यांचे बरेच अग्रलेख कायद्याच्या चौकटीत सापडले नाहीत. आपल्या अंकातील प्रत्येक लेखन-प्रकाशनात असणारी जबाबदारी लोकमान्यांनी स्वतःची मानली. त्यांना स्वलेखनाबद्दल नाही, तर दुसऱ्यांच्या लेखाबद्दल शिक्षा झाली होती.

टिळक एलएलबी होते. पण त्यांनी वकिली केली नाही. अपवाद अग्रलेख-संबंधातील खटल्यांचा. एका खटल्यात टिळक स्वतः एकवीस तास, दहा मिनिटे बचावाचे भाषण कोर्टात बोलले! मात्र न्यायालयाने त्यांचा युक्तिवाद अमान्य करत त्यांना देशद्रोही ठरवून, सहा वर्षांची सक्तमजुरीची शिक्षा ठोठावली.

टिळकांना शिक्षा झाल्याचे कळताच त्यांचा लाडका पुतण्या ओक्साबोक्सी रडला होता; पण टिळकांची पत्नी मात्र डोळ्यांत टिपूस न आणता खंबीर राहिली.

१९५०मध्ये बेळगाव येथे पत्रकारांच्या अधिवेशनात बोलताना आचार्य अत्रे यांनी, 'केसरीच्या लेखाबद्दल लोकमान्य टिळकांना राजद्रोहाची जी शिक्षा झाली, ती पत्रकारांसाठी महत्त्वाची घटना होय', असे उद्गार काढून त्यांच्याविषयी आदर व्यक्त केला होता.

या थोर राष्ट्रपुरुषाची स्वराज्य संस्थापक शिवप्रभूंवर अपार श्रद्धा होती. रायगडावरील शिवसमाधीची पुनर्बांधणी करण्यासाठी त्यांनी पुढाकार घेतला होता. भरघोस देणगीही दिली. स्वतः किल्ले रायगडावर जाऊन तेथील समाधिस्थळ पाहिले. विस्तीर्ण अशा ऐतिहासिक गंगासागर तलावात पोहून टिळकांनी प्रदक्षिणादेखील केली.

लोकमान्यांनी मंडालेच्या तुरुंगवासात असताना आपले मृत्युपत्र लिहून ठेवले होते. त्यांनी आपल्या हयातीनंतर सारी स्थावर मालमत्ता आपल्या गावाला दान करून टाकली.

अलौकिक लोकमान्य टिळकांच्या कर्तृत्वाचे पैलू ऐकताना मी भारावून गेलो होतो. आपणही भारावून गेला असाल...

•••

आठवणीतील व्याख्याने – ३

मराठी व हिंदी चित्रपटसृष्टी आपल्या अस्सल अभिनयाने गाजवणारे जाणते नट विक्रम गोखले यांचे कितीतरी चित्रपट मी पाहिलेत. अजूनही ते उमेदीने अभिनय क्षेत्रात कार्यरत आहेत. त्यांचे 'बॅरिस्टर' हे मराठी नाटक प्रसिद्ध आहे. जीव ओतून अभिनय करणाऱ्या या कसबी कलावंताचे वडील - चंद्रकांत गोखले हेदेखील अभिनयात बादशाह होते. त्यांचे काही जुने स्मरणीय चित्रपट मला पाहायला मिळाले.

गोरेगावच्या सुपरिचित समाजसेवी 'प्रबोधन व्यासपीठ' या संस्थेने आयोजित केलेल्या एका विशेष कार्यक्रमात विक्रम गोखले यांची मनमोकळी मुलाखत प्रत्यक्ष ऐकण्याचा योग मला वर्ष २०००मध्ये आला. त्या वेळी या श्रेष्ठतम कलावंतास जवळून पाहिले. त्यांचा स्वभाव, स्पष्टवक्तेपणा, समाजाविषयीची त्यांची आस्था व स्वतःस न पटणारी माणसे, यांबाबत त्यांची परखड मते मला तिथे ऐकायला मिळाली.

अशी ही विक्रम गोखलेंची स्मरणीय मुलाखत मी संकलित करून इथे सादर करत आहे...

विक्रम गोखले यांचेशी मनमोकळा संवाद

विक्रम गोखलेंचा चित्रपटसृष्टीतील अनुभव, नाट्य कारकिर्द, कुटुंबाविषयी काही भावना, सध्याचे राजकारण-समाजकारण, हिंदुत्व, स्वतःचा वेगळेपणा, वडिलांविषयीचा जिव्हाळा इत्यादी सर्व विषयांवर ते मनमुराद बोलले.

प्रख्यात नट चंद्रकांत गोखले हे त्यांचे वडील. त्यांनी विक्रम गोखले यांच्या अभिनयाला दाद म्हणून एकदा कपाळाचे जे चुंबन घेतले, तेच आजवरचे त्यांचे एकमेव व बहुमोल पारितोषिक.

विक्रम गोखले म्हणतात, 'मी पोटार्थी माणूस आहे. काम करण्याचे मी पैसे घेतो. म्हणजेच मी व्यवसाय करतो. यात कोणी कसब दाखवत असेल, तर त्यात विशेष ते

काय? त्याचे ते कामच आहे. कोणी अगदी जीव ओतून भूमिका करतो, एकरूप होतो. ती भूमिका त्याच्या अंगात भिनते. या सगळ्या गोष्टी म्हणजे जोक आहे. थोतांड आहे. हे अभिनय वगैरे सगळे एक नाटक असते. अहो, एखादी भूमिका जर कोणाच्या अंगात भिनली, तर काय होईल माहीत आहे? तुम्हाला उदाहरण देतो - एखाद्या नटाला दुसऱ्या नटाचा खून करण्याची भूमिका आहे, अशा वेळी तो खरोखरच ती भूमिका मिळाली, तर दुसऱ्याचा खून त्याने करायला हवा. मग तो ते का करत नाही? एखादा न पिणारा नट दारुड्याच्या भूमिकेत अस्सल दारूबाज दाखवायचा आहे, तर दारू त्याने प्यायलाच हवी ना? पण हे होत नाही. म्हणजेच हे सारे नाटकच असते.'

नटसम्राट नाटकाबद्दल तुमचे काय म्हणणे आहे, असे मुलाखतकारांनी त्यांना विचारले असता विक्रम गोखले म्हणतात, 'ते नाटक श्रेष्ठ आहे यात वाद नाही. त्या नाटकाचे दिग्दर्शन चांगले आहे. सर्व कलावंतांचे काम चांगले झालेय. ते खूप चांगले नाटक आहे. मात्र, त्या नाटकाने इतर पात्रांवर अन्याय केलाय. नायकाचे पात्र नको इतक्या उंचीवर जाऊन बसले आहे. त्यामुळे इतरांना, ती महत्त्वाची पात्रे असली तरीही फारसा वाव नाही. हा एक मोठा दोष नटसम्राट नाटकाचा आहे.'

तुम्हाला नटसम्राट नाटकात काम करायला आवडले असते का? हा प्रश्नही मुलाखतीत विचारला गेला.

विक्रम गोखले त्यावर म्हणाले, 'नाही, मला त्यात काम करायला आवडले नसते. कारण ज्या गोष्टी मला पटत नाहीत, त्यांत मी पडत नाही. ती भूमिका खूप कठीण आहे, असे सगळ्यांचे मत आहे तेही खोटे आहे. ती भूमिका अवघड नाही. अवघड भूमिका 'बॅरिस्टर'च्या नायकाची आहे. ते काम, मी मोठेपणा नाही सांगत, पण मी केले आहे. मोठे कौशल्याचे काम होते ते. मी ते कौशल्य करून दाखविलेय.'

'नटसम्राट'मध्ये नावाजलेल्या नटांनी भूमिका केल्यात. त्यातली कोणती भूमिका तुम्हाला खास आवडली? असे विचारता विक्रम गोखलेंनी तत्काळ उत्तर दिले, 'लक्षात राहिलीय डॉ. लागूंची भूमिका. त्याला तोड नाही. मात्र त्यानंतर सतीश दुभाषी सोडला, तर कोणाला ती भूमिका इतकी जमली नाही, पेलवली नाही. तसेच, ही भूमिका चंद्रकांत गोखले या कलावंताने उत्कृष्टरीत्या केली असती व त्या दोघा कलावंतांच्या तोडीची ठरली असती. त्यांची तेवढी इच्छा अपूर्ण राहिली. त्यांना संधी मिळाली नाही.'

फॅमिलीविषयी गोखले म्हणतात, 'मला पत्नी मोठी हुशार व सुविद्य मिळाली आहे. आज ती साऊथ एशियातील एअरपोर्टमधील पहिली महिला अधिकारी ठरलीय. शिवाय ती घरसंसार करून हे सगळे करतेय. आम्ही अगदी सुखाने संसार करतो आहोत. आनंदी जोडी आहे आमची. आम्हाला दोन मुली आहेत. मोठी खूप शिकलीय व ती पुढील

शिक्षणासाठी अमेरिकेत चालली आहे. पुढचे करिअर तिकडेच करायची तिची इच्छा आहे. धाकटीसुद्धा उच्च शिक्षण घेतेय.'

विक्रम गोखलेंना विचारण्यात आले की, केव्हा त्यांची मोठी फजिती वगैरे झाली आहे का? ते क्षणभर गप्प राहिले, मग म्हणाले, 'जाहिरपणे हे सांगू नये, पण तुम्ही विचारताच आहात, तर ऐका. एकदा एका नाटकाचा प्रयोग होता. रंगमंचावर माझा प्रवेश चालू होता. त्या वेळी नाटक ऐन रंगात आलेले असताना समोरचे दोघे प्रेक्षक मला खुणावू लागले! हातांनी मला खाणाखुणा करू लागले. मी गोंधळात पडलो. पण नंतर माझ्या लक्षात आले, की आपल्या पँटची चेनच उघडी आहे! शरमिंदा होऊन मी बोलत बोलत प्रेक्षकांना पाठ दाखविली व ती चेन नीट केली. मग पुढचा सीन केला!'

या कसदार कलावंतास राज्य-राष्ट्राचाही खूप अभिमान आहे. समाजाचे ऋण फेडण्यात हा कलावंत मागेपुढे पाहत नाही. त्यांनी एक ट्रस्ट केलाय. त्या ट्रस्टमार्फत ते सामाजिक उपक्रम चालवितात. त्याचा गाजावाजादेखील करत नाहीत. वाढदिवस व आनंदाचे क्षण ते रंजल्या-गांजलेल्या माणसांच्या सहवासात घालवतात.

दिलीपकुमारने पाकिस्तानने दिलेला 'निशान-ए-पाकिस्तान' हा मोठा पुरस्कार कारगिल युद्धाच्या पार्श्वभूमीवर भारत-पाक संबंधांत तणाव निर्माण झाल्याच्या वेळी परत करण्यास नकार दिला. त्यावर बहाणे सांगितले. स्वतःला मिळालेला शत्रुपक्षाचा पुरस्कार परत करण्यासाठी पंतप्रधानाची परवानगी दिलीपकुमारला का लागते? स्वतःहून पुरस्कार का नाही परत केला? विक्रम गोखले यांना या वृत्तीची चीड आहे.

हीच गोष्ट हिंदुत्ववाद्यांविषयी. हिंदूंचे रथ करण्याची जबाबदारी आपल्याच शिरावर आहे, असा कंठशोष करणारे पक्ष व संघटना सुधीर फडकेंच्या राष्ट्रवीर सावरकरांच्या चित्रपट शूटिंगच्या वेळी कोठे गेले होते? त्या वेळी जाहीर सभेच्या चित्रीकरणाचा सीन उभा करताना राष्ट्रीय पोषाखातील तरुण व प्रौढ मंडळी फडक्यांना हवी होती. तेव्हा हे लोक कुठे होते?'

आपल्या मुलाखतीचा समारोप करताना विक्रम गोखले म्हणाले, 'कलावंतांपुरते बोलायचे झाले, तर त्याने घरातून निघताना स्वतःची जात, धर्म खुंटीवर ठेवून घराबाहेर पडायला हवे. त्याला रसिकांची सेवा करायची आहे ना? मग जात, धर्म कशाला हवेत? पण आपल्या देशात ही निष्ठा आणि जाणीव कोणालाही नाही.'

विक्रम गोखले यांचे समाजभान, सहृदयता दर्दी रसिक मनाला भावेल अशीच आहे.

• • •

धार्मिक पण मार्मिक – १

संतश्रेष्ठ श्रीज्ञानोबारायांच्या वास्तव्याने पावन झालेले पुण्याजवळील आळंदी हे माझे आवडते ठिकाण. एकट्याने तिथे जाऊन निवांत राहणे हा एक वेगळा व विलक्षण अनुभव आहे आणि त्याचा लाभ मी अधूनमधून घेतो.

नुकतेच आळंदीला जाणे झाले, त्याविषयी तुमच्याशी हा मार्मिक संवाद...

दशक्रिया समारंभ, श्रीक्षेत्र आळंदी...

या क्षणी इंद्रायणी नदीच्या घाटावर मी निवांत बसलो आहे. वेळ आहे सकाळची. इंद्रायणीचे पात्र पुरेसे भरलेले नाही. तिचा जलप्रवाह शांतपणे वाहत आहे. घाटावर चहू दिशांना पायऱ्या आहेत. उजवीकडे एक गाडीरस्ता आहे पुलाचा. डावीकडे असलेल्या एका छोट्या सिमेंट पुलावरून समोरच्या काठावर (म्हणजे घाटावर) जा-ये करता येते. इथे कोठेही बसता येते.

कोवळ्या उन्हाची तिरीप सर्वत्र पसरली आहे. थंडीचा मोसम असल्याने कोवळी उन्हे छान अंग शेकताहेत. या नयनरम्य घाटाचा परिसर न्याहाळावा, थोडा वेळ पायऱ्यांवर-चौथऱ्यावर बसावे, भवतालची वर्दळ निरखावी ही इच्छा आहे.

पण या क्षणी हे काय चालले आहे? समोरच्या बाजूला एक ह.भ.प. महाराज प्रवचनात्मक कीर्तन करताहेत! त्यांच्या समोर जवळपास शंभर-सव्वाशेचा जमाव श्रोतृवर्गाच्या रूपात बसला आहे. कीर्तनकार आहेत भास्कराचार्य आदिनाथ महाराज. ते आपल्या रसाळ वाणीने उपस्थितांना प्रबोधनाचे चार शब्द सांगत आहेत. त्यांचे वाक्यन्वाक्य जगण्याचे तत्त्वज्ञान सोप्या भाषेत सांगत आहे. कान देऊन ऐकणाऱ्यांत माझ्यासह तिथले उपस्थित यात्रिक सहभागी आहेत. वातावरणात आता शांतताही आहे आणि गंभीरताही!

महाराज सांगताहेत - ''आज तुम्ही सारे जण इथं श्रीमती मुक्ताबाई गेनूभाऊ ठाकूर यांच्या दशक्रिया विधीसाठी जमला आहात. त्या आता आपल्यात नाहीत. पण त्यांना मृत्यूनंतर दुसरा जन्म मिळालाय ना! त्यांचे जीवन दुसऱ्या नवीन रूपात सुरू झाले आहे

बरं. आणि तुम्ही-आम्हीसुद्धा या चक्रातून जाणार आहोत. मग या जन्मात आपण तरी काय करत आहोत? काय केलं आहे? तर या मुक्ताबाईंनी जसं जीवनाचं सार्थक केलं, तसं करायला हवं. हिने कधी कोणाला दुखविलं नाही, भांडली नाही. उलट चार माणसं जोडीत मुक्ताबाई गेली. हसत आनंदात दुसरा जन्म घेतला. तेव्हा मंडळी, कोणाला न दुखवता जगा. सर्वांशी चांगलं वागा. या आयुष्याचा निरोप आनंदाने घ्या. आणि शेवटी श्रीरामाचे-देवाचे नाम ओठी असू द्या. बघा, पुढचा जन्मदेखील आनंदी होईल.''

आदिनाथ महाराजांचे हे शब्द 'आत' शिरले. आम्ही भारावून गेलो. कीर्तनाचा समारोप झाला. महाराजांच्या आवाहनानंतर दोन मिनिटे स्तब्ध राहून स्वर्गीय मुक्ताबाईंना श्रद्धांजली वाहिली. नंतर निवेदक हाती माईक घेऊन सांगू लागला, ''मातोश्री मुक्ताबाईंचे सगळे नातेवाईक, परिवार इथं जमलाय. त्यांना मी विनंती करतो. आता इथं मी ज्यांची नावं घेईन त्यांनी स्टेजपाशी यावं.' तो एकेकाची नावे पुकारायला लागला. 'श्री. ... यांनी आता दुखवटा देणगी द्यायला पुढं यायचं आहे. देणगी घ्यायला श्री... यांनी इथं यायचं आहे.' नावाचा पुकारा झाला. ती माणसं चटकन पुढे आली. देवाण-घेवाण सुरू झाली.

हे संपल्यावर एका तरुणाने माईक हाती घेतला. दिवंगत मुक्ताबाईंवर तो आईच्या मायेने बोलू लागला. बोलता बोलता तालासुरात एक कविता म्हणू लागला, *'तुझ्या शीतल छायेमध्ये मी जगेन गं... आई माझी मायेचा सागर गं, दिला तिनं जीवनाला आकार गं...'* ही कविता त्याने मनापासून आळवल्याचे जाणवले. याक्षणी आईचीही आठवण झाली.

कवितावाचन संपले. त्यानंतर कोणी नातेवाईक येऊन उभा राहिला. आभाराचे भाषण सुरू झाले. 'आमची माता चालती-बोलती गेली. ती चांगल्या स्वभावाची होती. तिचं नावही संत मुक्ताबाईचं. इतर भावंडांची नावंपण निवृत्ती, ज्ञानदेव, सोपान अशी... थोर संतमंडळीचं घर आमचं...'

हे संपल्यावर, एवढा वेळ तिथं उपस्थित असलेले माजी महापौर आणि विद्यमान नगरसेवक प्रतिक शेळके, की काडगे यांनी भाषण सुरू केले. अगदी थोडक्या शब्दांत बोलून त्यांनी मुक्ताबाईंना श्रद्धांजली वाहिली. मग कार्यक्रम संपल्याचे निवेदकाने जाहीर केले.

या दशक्रियेचा समारोप होतो संतश्रेष्ठ ज्ञानेश्वर माउलींच्या पसायदानाने!

याक्षणी वर अवकाशात राहून दिवंगत मुक्ताबाईंच्या आत्म्याला ही दशक्रिया किती प्रसन्न वाटत असेल, नाही का!

या भावपूर्ण वातावरणात घाटावर एका कोपऱ्यात एकत्र बसलेल्या काही बायका मात्र आपले दुःख आक्रोश व्यक्त करत दिवंगत मुक्ताबाईला श्रद्धांजली वाहात आहेत.

• • •

धार्मिक पण मार्मिक – २

साधू, बैरागी, संत आणि महंत हे शब्द वास्तविक धार्मिक आणि आध्यात्मिक परिवाराशी जास्त जवळचे शब्द आहेत. मी प्रवास आणि गिर्यारोहण क्षेत्रातला एक मुसाफिर माणूस आहे. माझ्या भटकंती व मुशाफिरीमध्ये कधी ना कधी साधू-बैरागी-बाबा-साध्वी यांना समक्ष पाहण्याचे व भेटण्याचे योग मला आले. या संत-सज्जनांचे चांगुलपण खूपदा अनुभवायला मिळाले; पण क्वचित प्रसंगी काहींची 'दुसरी बाजू' ही पाहायला मिळाली.

आज यातील काही महात्मे हयात असतील अथवा नसतीलही; पण त्यांच्या समवेत झालेल्या भेटींमधून व निरीक्षणांमधून विशेष लक्षात राहिलेल्या काही साधू-संतजनांचे सान्निध्य मला कितपत भावले किंवा खटकले, ते मी इथे सांगत आहे...

सहवास - साधू-बैरागी आणि संत महंतांचा...

गोमुख-तपोवनचे सिमलाबाबा

हिमालयाच्या कुशीत वसलेले श्री केदारनाथ, बद्रीनाथ, यमुनोत्री व गंगोत्री ही 'चारधाम यात्रा' म्हणून भाविकांमध्ये प्रसिद्ध आहे. आम्ही गिर्यारोहणाच्या मार्गाने आणि वेगळ्या पद्धतीने ही यात्रा केली होती.

या चारधाम ट्रेकमध्ये गंगोत्रीच्या पुढे गोमुख लागते. त्यानंतर तपोवन, नंदनवन ही उंचावरची दुर्गम ठिकाणे लागतात. तिथे मनुष्य वस्ती नाही, परंतु साहसी मोहिमांचे कितीतरी बेस कॅम्प वसलेले दिसतात. देश-परदेशातील अनुभवी गिर्यारोहकांची तपोवन-नंदनवन भागात वर्दळ असते. विस्तीर्ण पसरलेल्या या बेस कॅम्प परिसरात जाण्याचे मार्ग सहजसोपे नाहीत. त्यामुळे यात्रेकरू किंवा पर्यटक गोमुखाच्या पुढे जात नाहीत.

या ट्रेक रूटवर गंगोत्री ते गोमुख मार्गक्रमण करताना गोमुखाच्या अलीकडे एका झोपडीत राहणारा तगड्या शरीरयष्टीचा हसतमुख बाबा आम्हाला भेटला. अंगावर फक्त लंगोट, हातावर आणि कपाळावर भस्माचे पट्टे व लांब केसांची गाठ बांधलेली. अशा लक्षवेधी व चिरतरुण व्यक्तिमत्त्वाचे नाव होते सिमलाबाबा. या सिमलाबाबाची साधी पण लांबलचक झोपडी पाहायला मिळाली. या मार्गावर जाणारे-येणारे सारेच बाबाच्या झोपडीत काही वेळ थांबतात.

सिमलाबाबा आतिथ्यशील वृत्तीने साऱ्यांचे स्वागत करतो. चहा आणि बिस्किटे प्रत्येकाला आग्रहाने देतो. इकडच्या-तिकडच्या गप्पा मारतो. आमचे स्वागतदेखील सिमलाबाबाने केले. आमच्या मोहीम-ट्रेकची माहिती विचारून घेतली. काही सूचना केल्या आणि मग निश्चिंत मनाने आम्हाला पुढच्या ट्रेकसाठी शुभेच्छा दिल्या.

सर्वसंग परित्याग केलेली महंत व्यक्ती साधूच्या रूपात भेटून, आतिथ्यशील होऊन आपली विचारपूस करू लागली, की आपोआप आपले दोन्ही हात अशा साधूला नमस्कार करतात.

वाल्मिकी (आजोबा) आश्रमातील बाबा आणि साध्वी

रामायण काळात प्रभू रामचंद्रांनी पतिव्रता पत्नी सीतेचा त्याग केला व तिचा वनवास सुरू झाला. तेव्हा श्री वाल्मिकी ऋषींच्या आश्रमात सीतेचे वास्तव्य होते. लव आणि कुश या दोन सुपुत्रांचा जन्म आणि बालपण याच आश्रमात झाले.

हा आश्रम आज 'आज्याचा आश्रम' किंवा 'आजोबांचा आश्रम' म्हणून स्थानिक भागात व भटकंती करणाऱ्या लोकांत परिचित आहे. या आश्रमात वाल्मिकी ऋषींची समाधी असून तिची उंची हळूहळू वाढते असे स्थानिक सांगतात. या आश्रमाच्या पुढे काही चढण चढल्यावर एक उत्तुंग सुळका नजरेस पडतो. त्याच्या पायथ्याशी असलेल्या अगदी छोट्या गुहेत सीता माउलीचा पाळणा होता, अशी आख्यायिका सांगितली जाते.

या ठिकाणी वार्षिक उत्सव, नाम सप्ताह साजरे होतात. सरकारी स्तरावर व स्थानिकांच्या उपस्थितीत येथे १५ ऑगस्ट आणि २६ जानेवारीला झेंडावंदनदेखील होते.

हा आश्रम साकुर्ली गावाच्या पुढे डेहणे गावात आहे. आसनगावच्या (सेंट्रल रेल्वे) पूर्व दिशेहून सुटणारी एसटी बस शहापूर, डोळखांब-साकुर्ली मार्गे डेहणे गावात जाते. गावाच्या अलीकडे आश्रमाला जाणारी चढणीची पण प्रशस्त वाट आहे. तिथे उतरले की रमतगमत, गप्पा हाणत आपण डोंगरवाट चढायला लागतो. साधारणपणे एक-दीड तासाने आश्रम परिसर दिसू लागतो.

गर्द जंगल असलेला हा आश्रम परिसर विलक्षण शांत व गंभीर आहे. इथे कायम वस्तीला एखादा साधूबाबा किंवा साध्वी माउली असते. दिवसभर जप-तप-ध्यान धारणा

करत असलेल्या या पुण्यश्लोक बाबा-साध्वी यांनी आम्हाला मायेने विचारपूस करून, कित्येकदा भांडी व इतर सामान देऊन वस्तीसाठी मदत केली आहे.

हे कोणी ज्ञानवंत किंवा प्रज्ञावंत नाहीत, पण जाणते आहेत. आलेल्या पाहुण्यांना त्यांनी कधी हरकत घेतली नाही. कोणात ते मिसळत नाहीत.

मुळात आश्रमस्थान एका बाजूला आणि निर्मनुष्य वस्तीची एक मजली जुनाट माडी दुसऱ्या बाजूला आहे. कितीही गोंधळ घालणारा ग्रुप तिथे आला, तरी आश्रमातले वातावरण पाहून गंभीर होतात आणि आश्रमाची शिस्त पाळतात. क्वचित कधी शिस्त बिघडणारी घटना घडते. एरवी हा विलक्षण शांतीचा अनुभव देणारा आश्रम आहे.

मला इथल्या मुक्कामात बरेचदा एका वयस्कर बाबांशी बोलायचा योग आला. पंचाहत्तरी पार करणारे हे बाबा कमी उंचीचे व शरीराने किरकोळ असे होते. त्यांची रागीट नजर पाहून भिती वाटायची. सहसा कोणाशी ते बोलायचे नाहीत. ते बहिरेही होते. आमच्या ग्रुपमधील नाना पाताडेने बाबांना हळूहळू बोलते केले. मग आमच्याशीही बाबांची मैत्री झाली!

इथल्या जंगलाची व प्राणी-पक्षांची चांगली माहिती त्यांनी आम्हाला दिली. या जंगलात रानकोंबडे, साप, तरस व वाघदेखील असल्याचे त्यांचे म्हणणे होते. रात्री उघड्यावर कोणीही झोपायचे नाही अशी त्यांची सक्त ताकीद असायची. कारण रात्री वाघाचा वावर आश्रमाजवळ व्हायचा. बाबांचा एक हात थोडा वाकडा होता. बाबा एकदा बाहेर झोपल्याचा वाघाने त्यांना दिलेला तो प्रसाद होता!

बाबा आश्रमातील एका कुटीत वस्ती करायचे. छोटी चूल, भांडीकुंडी, कमंडलू, कफनी, जपमाळ व चिपळी असे त्यांचे सामान आम्ही बघितले. त्या कुटीच्या खाली एक माणूस मांडी घालून बसू शकेल असे अगदी छोटे ध्यानधारणा गृह आम्ही पाहिले. बाबांनीच ते आम्हाला दाखवले. मात्र ते साफसूफ अवस्थेत नव्हते. बाबांच्या संमतीने आम्ही ते साफ करायचे ठरवले. त्यात भरून राहिलेली माती बाहेर काढली. जमेल तशी त्याची सफाई केली, त्या वेळी बाबांना आतून बरे वाटल्याचे आम्हाला जाणवले.

हे बाबा वृद्धापकाळाने वारले. त्यानंतर एकदा आश्रमात वस्तीला गेलो असताना तिथे एक मध्यम वयाची स्वभावाने कडक शिस्तीची एक साध्वी माउली आम्ही पाहिली. त्या परिसरात कोणीही आले, की काही न बोलता त्यांच्याकडे ती एकदाच दृष्टी टाकायची आणि निर्विकार भाव करून आपली जपसाधना व आश्रमातील सेवा करत राहायची. गावकरी तिला संतीणबाई म्हणून आदर करीत.

आमच्यातील दोन बोलक्या मुलींनी त्या संतीणबाईचा कल आणि स्वभाव न्याहाळून हळूहळू तिच्याशी बोलत सलगी केली आणि मग आम्हीही तिच्याशी बोलू

लागलो. मोजकेच बोलणारी ही साध्वी माउलीसुद्धा आम्हाला अतिथ्यशीलतेचा अनुभव देऊन गेली.

हल्ली आजोबाच्या आश्रमात जायचा विचार कधी मनी आला, तरी ते जाणते बाबा आठवू लागतात आणि त्या अबोल साध्वी माउलीचा आतिथ्यशील चेहरा माझ्या डोळ्यांसमोर दिसू लागतो.

खडवलीचे मयेकर महाराज

माझा मित्र व मयेकर महाराज एकमेकांना परिचित होते. मित्राला गूढविद्या व आध्यत्मिक क्षेत्रात खूप स्वारस्य होते. मयेकर महाराज सिद्धपुरुष आहेत, अंतर्ज्ञानाने ते इतरांना जाणतात. कित्येकांचे मोठे प्रॉब्लेम्स त्यांनी सोडवलेत, अशी माझ्या मित्राने माहिती दिली होती.

'आम्ही दोघे अनेकदा भेटलोय. मला त्यांनी 'खडवलीला एकदा ये' म्हणून सांगितलेय. तूसुद्धा चल तिकडे. तुझी त्यांची ओळख करून देतो.' मित्राने असा आग्रह केल्यावर माझे कुतूहल जागे झाले व आम्ही एके दिवशी खडवलीला निघालो.

आसनगाव, वाशिंद, नंतर खडवली स्टेशन येते. या ठिकाणी उतरून पश्चिमेला चालू लागलो, की उल्हास नदीचे मोठे पात्र दिसते. तिच्या पलीकडे जुन्या घराच्या रूपात एक मठ आहे, तिथे मयेकर महाराज राहायचे. मठाच्या आवारात औदुंबर वृक्ष व छोटे देवालय आहे. ही वास्तू छोटीशी, पण मन प्रसन्न करणारी वाटली. मठाच्या आवारात आम्ही पाऊल ठेवले त्या वेळी हा माणूस स्वतः झाडू हाती घेऊन एकट्याने सगळे आवार साफ करत होता! चेहऱ्यावर अगदी विनम्र भाव असणाऱ्या मयेकर महाराजांनी आम्हांस पाहिले व आपले काम काही वेळ थांबवत मनापासून स्वागत केले. आम्हा दोघांची विचारपूस केली.

असा साधासुधा बाबा सिद्धपुरुष असू शकतो, याचे मला आश्चर्य वाटले. या महाराजांनी आमचा चांगला पाहुणचार केला. मग काही गप्पा झाल्यावर माझा मित्र आणि ते एकांतात काही बोलण्यासाठी जवळच्या खोलीत गेले.

मयेकर महाराजांशी झालेल्या या एका भेटीचा कालावधी जरी अल्प असला, तरी त्यांच्यात मला एक सज्जन माणूस दिसला.

देसाई अंकल – साधू की वल्ली?

आमच्या गिर्यारोहण संस्थेने आखलेल्या काही भ्रमण-भटकंतीमध्ये कमलाकर देसाई यायचे. ते साठीच्या पलीकडचे होते. धिप्पाड शरीरयष्टी व लांबलचक पांढरी दाढी, निळी जीन पॅन्ट आणि कुठलाही मिसमॅच शर्ट, असा पेहराव ल्यालेली ही उत्साही व्यक्ती आमच्यात 'देसाई अंकल' म्हणून परिचित होती.

हा माणूस हाडाचा गिर्यारोहक होता. चालताना कधी थकणे नाही की अधिक थांबणे नाही. सह्याद्रीत आणि हिमालयात एकदोनदा झालेल्या ट्रेकमध्ये आम्ही एकत्र होतो. त्यामुळे त्यांच्याशी चांगला स्नेह जमला.

देसाई अंकल ट्रेकमध्ये असले की गप्पांच्या ओघात अद्भुत विद्या, सिद्धी कशा असतात ते सांगायचे. भुताखेतांविषयी बरीच माहिती घ्यायचे. तृतीयपंथी माणसांचीही अंकलना खूप माहिती होती. असे अद्भुत विषय रात्रीच्या मुक्कामी चर्चेत आले की साऱ्यांची झोप उडायची! ही वल्ली साधू-बैरागी कशी आणि केव्हा झाली याचा उलगडा मला कधीच झाला नाही. देसाई अंकलनी ट्रेक्स कमी केले. एकट्याने भटकंती सुरू केली. आमच्याशी संपर्कही कमी केला. नंतर एकदा वांद्रे येथील कलानगर हायवेवर अनवाणी चालताना मी देसाई अंकलना पाहिले. अचंबित होऊन मी त्यांना हाक मारायचे ठरवले. पण त्यांची चाल झपझप असल्याने मला त्यांच्यापाठी धावत जावे लागले. तेव्हा अंकलनी माझ्याकडे क्षणभर पाहून नजर वळवली व ते पुढे निघाले!

अशा कलंदर व्यक्तीला मी साधू म्हणू, संत म्हणू, की विक्षिप्त वल्ली म्हणू, याचा मला अजून संभ्रम पडलाय.

चुनाभट्टीचे अंतर्ज्ञानी बाबा

ऑफिसातील माझ्या जेष्ठ स्नेह्याने एकदा सांगितले की, 'मला एका महाराजांकडे या रविवारी जायचे आहे. ते चुनाभट्टीला (मुंबई) एका भक्ताकडे येणार आहेत. ऑफिसर मॅडमनी माझा एक प्रॉब्लेम सोडवायला त्यांच्याकडे पाठवले होते. माझे ते काम झालेय. म्हणून मी पुन्हा त्या महाराजांकडे जातोय. तुम्ही येणार?'

त्याचे सगळे ऐकल्यावर, 'हो, जाऊ या की त्या बाबांकडे. मला त्यांचे दर्शन तरी घेता येईल...'

त्या रविवारी दोघे चुनाभट्टीला निघालो. वाटेत मित्राने त्याला मॅडमने सांगितलेली बाबांची महती ऐकवली. बाबा अंतर्ज्ञानी सिद्धपुरुष होते. त्यांच्याकडे जाणारा माणूस पाहताच ते ओळखत की तो काय इच्छा धरून आलाय, काय आहे त्याचा प्रॉब्लेम! समोर आलेल्याला तसे विचारून बाबा खात्री करून घ्यायचे. समस्येवर उपायही करायचे. मॅडमने याची प्रत्यक्ष प्रचिती घेतली होती. या मित्राला पण तसा अनुभव आलाय.

अशा गप्पा मारीत चुनाभट्टीत पोहोचलो व बाबांच्या भेटीचे ठिकाण शोधून काढले. मोठ्या हाऊसिंग सोसायटीची ती इमारत होती. दुसऱ्या की तिसऱ्या माळ्यावर बाबांच्या एका भक्ताचा फ्लॅट होता. काही माणसे आम्हाला दिसली. त्यांना विचारले, तर ती बाबांचे दर्शन घेऊन येणारी माणसे निघाली! 'जा जा, वरती रांग लागलीय तिथे उभे राहा...' असे उत्तर देऊन ती माणसे निघून गेली.

दुसऱ्या की तिसऱ्या माळ्यावरील प्रशस्त फ्लॅटपाशी आम्ही पोहोचलो. बाहेर रांगेत उभे असलेली माणसे पाहिली व त्यांच्या पाठी आम्ही उभे राहिलो. तिथून आतले काही दिसत नव्हते. बाकीच्यांचे माहीत नाही, पण मला कुतूहल होते बाबांना बघायचे!

रांग पुढे सरकत होती. काही वेळ गेला व नंतर आम्ही आत आलो. आत आमच्या पुढे दहा-बारा जण होते. इथून मला बाबा प्रत्यक्ष दिसत होते. पुढच्या माणसांचे व बाबांचे संवाद मी ऐकत होतो व पाहत होतो. प्रत्येक जण बाबांच्या निकट गेल्यावर त्याच्याकडे आपल्या धारदार नजरेने बघत बाबा हातातली छोटी छडी त्याच्या पाठीवर हलकेच मारत!

नंतर ती व्यक्ती बाबांच्या समोरच ओणवी होऊन निपचित पडे. स्तब्ध अवस्थेत बाबा मनात काही मंत्रजप करून लगेच त्या व्यक्तीला पुन्हा छडी मारीत. मग तो माणूस उठून बसायचा! बाबा शांतपणे त्याची समस्या सांगत राहायचे! अवाक् झालेला भाविक बाबांना अधिक तपशिलाने आपली अडचण-समस्या सांगायचा. त्यानंतर बाबा एखादे फळ प्रसाद म्हणून त्याला देत किंवा जवळ असलेला काळा दोरा-ताईत मनात कुठला मंत्र पुटपुटत भक्ताच्या हाती देत व तो दंडात बांधायची सूचना करीत. नंतर रांगेतील पुढच्या भक्ताला समोर येण्याची सूचना व्हायची.

हे दृश्य पाहत मी पुढे सरकत असताना माझे टेन्शन वाढू लागले. आपल्याला कुठली समस्या नाही, बाबांच्या केवळ दर्शनासाठी आपण आलो आहोत इथे. न जाणो आपल्याला काठी मारून बाबांनी निपचित पडायला लावले तर? आपली नसलेली समस्या त्यांनी ऐकवली तर? त्यापेक्षा या रांगेतून आताच बाहेर पडू या, ते ठीक राहील, असा विचार करत असतानाच मित्राचे व बाबांचे संवाद जवळून बघत होतो.

अगदी निर्मळ भाषेत बोलून बाबांनी माझ्या स्नेह्याला काहीतरी दिले! मित्र बाबांना नमस्कार करून बाजूला झाला. नंतर बाबांनी माझ्याकडे पाहिले. मी दबकत पुढे झालो व सरळ त्यांच्या पायाजवळ डोके ठेवले. बाबांनी माझ्या पाठीवर हलकेच छडी मारली. इतरांप्रमाणे मी तसाच पडून राहिलो. आता बाबा क्रुद्ध झाले होते. ते विचारू लागले, 'हा कोणाबरोबर आलाय?' हे ऐकताच मला शॉक बसला! पण मी न उठता सावधपणे ऐकू लागलो. बाबा म्हणत होते, ''अरे, ही घाण आहे. ही इथे कशी आली?'' माझा सहकारी मित्र बावरला! पण चटकन तो बाबांजवळ येत अदबीने बोलला, ''बाबा, मी आणलाय याला. हा माझा हा मित्र आहे, त्याला तुमचे दर्शन घ्यायचे होते...''

मित्राचे बोलणे पुरे व्हायच्या आधीच बाबा म्हणाले, 'अरे, याच्यावर कुणी काय काय केलेय. तो संकटात सापडणार आहे.' मित्र आणखी घाबरला!

त्यानंतर बाबांनी मला पुन्हा छडी मारली. मी लगेच उठून उभा राहिलो. बाबा त्यांच्या तीक्ष्ण नजरेने माझ्याकडे पाहत मित्राला सांगू लागले, 'याच्या घरच्यांना माझ्याकडे घेऊन ये, मी सांगतो त्यांना काय उपाय करायचा ते.' नंतर बाबांनी माझ्या मित्राच्या हाती एक

केळे व काळ्या रंगाचा दोरा दिला. बाबा म्हणाले, 'हा दोरा त्याला बांधायला दे.'

या बाबांनी मला मात्र काही विचारले नाही, की माझ्याशी ते बोललेही नाहीत! हा अजब प्रकार तिथे हजर असलेल्या लोकांनी बघितला.

निघताना मी बाबांना हात जोडले, पण मनात चरफडत तिथून निघालो. हा प्रकार बघणारे काही जण आमच्या बरोबर खाली उतरत असताना उलटसुलट प्रश्न मलाच विचारायला लागले! मी खवळलो होतो. पण उघडपणे शांत आवाजात त्यांना म्हणालो, 'अहो, एक तर मी इथे बाबांच्या दर्शनासाठी सहज आलो होतो. माझी काही समस्या नव्हती की प्रॉब्लेम नव्हता.' त्यावर एक जण मला म्हणाला, 'अहो, पण बाबांना सगळे समजते.' मी लगेच उत्तर दिले, 'त्याबद्दल मी काहीच बोलत नाही. मुळात मी फक्त त्यांच्या दर्शनासाठी आलो होतो ना? शिवाय, त्यांनी इतरांप्रमाणे मला छडी मारली, तेव्हा खाली वाकून मी नुसता पडून राहिलो. त्या वेळी त्यांचे सगळे बोलणे मला ऐकू येत होते.'

त्यावर ती माणसे मलाच उलटे प्रश्न पुन्हापुन्हा विचारू लागली, 'हे कसे शक्य आहे? बाबा सगळे जाणतात. एकदा आपण त्यांच्या पायाशी आलो आणि त्यांनी छडी मारली, की त्यांचे बोलणे काहीच ऐकू येत नाही. निपचित असतो आपण. परत छडी मारली की आपण भानावर येतो...'

'अहो, पण मला त्यांचे सगळे बोलणे ऐकायला येत होते ना...' मी वैतागून उत्तर दिले.

त्या लोकांनी माझे म्हणणे खोटे पाडले. 'लांबून लांबून बाबांना भेटायला, दर्शनाला लोक येतात. ते अंतर्ज्ञानी बाबा आहेत. आम्हीसुद्धा लांबून आलोय इथे ते उगीच काय? आम्हाला अनुभय आलाय बाबांच्या ताकदीचा...'

मित्र माझ्यावर नाराज झालेला दिसला. झक मारली आणि याला आपण बाबांकडे नेले, असा त्याच्या चेहऱ्यावर मी भाव पाहिला! वाटेत मित्राला समजावून सांगितले, 'हे बघा, तुम्ही कशाला नाराज होताहात? मला जो अनुभव आला, तो मी तुम्हाला व त्या लोकांना सांगितला. मी कशाला खोटे बोलू?' मित्र बिचारा न बोलता चालत राहिला.

मित्राने निघताना माझ्या हाती बाबांनी दिलेले केळे व काळा दोरा ठेवला. 'याचे मी काय करू?' हे विचारल्यावर तो म्हणाला, 'ते आता तुम्हीच काय ते बघा, मी निघतो.' असे म्हणून मित्राने मला 'बाय बाय' केले!

दोन्ही वस्तू मी स्वतःजवळ ठेवल्या व शांतपणे घरी निघालो.

रात्री आणखी एका मित्राची मी भेट घेतली. सोबत त्या दोन वस्तू नेल्या. आम्ही दोघे जवळचे मित्र. रोज रात्री जेवण आटोपल्यावर आम्ही बाहेर कुठे निवांत ठिकाणी जाऊन रोजच्या घडामोडी एकमेकांना सांगत गप्पा मारायचो. मी त्या रात्री सगळी हकिकत मित्राला सांगितली.

माझे बोलणे संपल्यावर हा मित्र मला हसत विचारू लागला, 'बरं, मग तुझे यावर काय म्हणणे आहे?' मी म्हणालो, 'हे बघ, मी कुठली समस्या त्या बाबांकडे घेऊन गेलो होतो का? नाही ना? मला फक्त त्यांना बघायची उत्सुकता होती. ते एवढे जर अंतर्ज्ञानी होते, तर त्यांनी सगळे जाणायला नको होते का? वर माझ्याबद्दल असे शब्द वापरावेत? माझ्या नसलेल्या समस्येवर ते कसे काय बरे बोलले?'

माझा मित्र अजूनही खळाळून हसत होता. मी वैतागून त्याला म्हणालो, ''तुला हसायला काय झाले? दुपारी सगळ्यांसमोर मी 'घाण माणूस' ठरलो, माहितेय? शिवाय, ती आलेली माणसे माझे म्हणणे ऐकून घेत नव्हती!''

मित्र म्हणाला, 'सोडून दे रे दुपारी काय झाले ते. त्या बाबांची विद्या तुझ्यावर नाही लागू पडली. असे होते रे. तू एवढा सीरिअस नको होऊस. तू आता या केळ्याचे आणि दोऱ्याचे काय करणार ते सांग?'

लगेच मी त्याला विचारले, 'तूच सांग मी काय करू याचे?' माझा हा प्रश्न मित्राने क्षणात सोडवला. त्याने प्रसाद म्हणून मला मिळालेले केळे खायला सांगितले आणि काळा दोरा बाजूला असलेल्या झाडाच्या बुंध्यात सोडून द्यायची सूचना केली!

मला त्या बाबांकडे दर्शनासाठी नेणारा मित्र आणि बाबांनी मला दिलेल्या वस्तूंमुळे माझ्यासमोर उभा राहिलेला प्रश्न चुटकीसरशी सोडवणारा माझा मित्र, हे दोघे आजही चुनाभट्टीच्या बाबांची आठवण काढून मला सतावतात!

किल्लारीचा कलंदर

१९९३मधील ही घटना आहे. महाराष्ट्रात लातूर-उस्मानाबादमध्ये किल्लारी-सास्तुर भागातील हजारो कुटुंबांना देशोधडीला लावणारा धरणीकंप आठवतोय तुम्हाला? त्या भागात कित्येकांच्या कुटुंबांवर आपत्ती कोसळली होती. गावेच्या गावे माणसांसह आणि गुराढोरांसह भुईसपाट झाली होती.

त्या वेळी सरकारी व लष्करी मदत पथक तातडीने त्या ठिकाणी कार्यरत झाले होते. बऱ्याच स्वयंसेवी संस्था व वृत्तपत्र-पत्रकारांचे समूह तिकडे मदतीला धावून गेले होते. त्या वेळचे मुंबईतील एक दैनिक 'आज दिनांक'ने गिर्यारोहकांचे पथक संघटित करून गटागटाने किल्लारीत पाठवायला सुरुवात केली. दुर्घटनेत ढिगाऱ्याखाली अडकलेल्या मृत-जखमी ग्रामस्थांना बाहेर काढण्याच्या लष्कराच्या जवानांना साहाय्य करण्याचे काम ते पथक करू लागले.

तिथे गेलेल्या एका पथकात मी सहभागी होऊन कार्यरत असताना माझी एका कलंदर बाबाशी गाठ पडली होती. अल्पवेळातच ही व्यक्ती साधू होती की संधिसाधू होती ते समजले आणि मला धक्का बसला.

किल्लारीजवळच्या तळणीत एक मठ होता. त्यात एक गोसावी बाबा वस्तीला होता. त्याचे नाव ब्रह्मचारी सुखदेव गिरी. वय असावे साठच्या वर. शरीर किरकोळ, वर्ण काळा. अंगावर लालभडक खमीस आणि धोतर. या गोसावी बाबाचे सामान ढिगाऱ्यातून काढत होते लष्कराचे जवान. आम्ही त्यांच्यासमवेत काम करत होतो.

तिथे कोपऱ्यात गोसावी बाबा शून्य नजरेने एका ढिगावर बसले होते. हात डोक्याला लावलेला! गरीब बिचारा बाबा. त्याने जे काही थोडेफार जमवले असेल-नसेल, ते मिळेपर्यंत तो असाच चिंतेत राहील याचे आम्हाला वाईट वाटले.

ढीग उपसत असताना सुरुवातीस आम्हाला छोटा तांब्या मिळाला. नंतर एक घोंगडे मिळाले, अर्धेअधिक फाटलेले. मग काही कापडेदेखील सापडली. ती फाटलेली असूनही बाबा ती सोडायला तयार होईना!

नंतर पैशांची पुरचुंडी मिळाली, सहाशे अट्ठावीस रुपयांची! ते पाहून हताश बाबा स्वतःला सावरू लागले. मात्र मध्येच काही आठवले की ते दुःखी होत. मग आम्ही त्यांचे सांत्वन करू लागलो.

बाबांशी बोलता बोलता 'त्या' रात्रीची हकिकत समजली... रोज मठात चार-पाच जण झोपत असत. बाबा त्या रात्री लातूरला वस्तीला गेले होते म्हणून बचावले! भूकंपात मठातले सारे ढिगात सापडले अन् एक दगावला.

आम्ही बाबांना सारखे 'महाराज, महाराज' संबोधू लागलो, तेव्हा ते दिनवाण्या नजरेने उद्गारले, 'अहो, मी कसला हो महाराज! गावातल्या लोकांना इथे आणून जुगार, दारू आणि कसली-कसली मदत करायचो मी. मला तुम्ही महाराज नका म्हणू...' याच वेळी ढिगात जुनाट पत्र्याची एक पेटी सापडली. त्या पेटीमध्ये पन्नास रुपये, एक पोथी, जुने कपडे व गांजाची पुडी मिळाली! आम्ही सगळे अवाक् झालो!

म्हणजे या बाबांची साधूगिरी असे उपद्‌व्याप करत होती तर!

आज इतक्या वर्षांनी किल्लारीचा विषय निघाला, की मला तो गोसावी बाबा व त्याच्या पेटीत मिळालेली गांजाची पुडी दिसू लागते.

कळसूबाईच्या वाटेवरील बंगाली बाबा

कळसूबाई हे महाराष्ट्रातील उत्तुंग शिखर. गिर्यारोहणानिमित्ताने तिथे काही वेळा जाणे झालेय. या ट्रेकमध्ये बारी गाव सोडल्यानंतर वाटेत एक वस्ती लागते. ती पाठी गेल्यावर छोटी चढण चढायची. मग एक वळण पार केल्यानंतर छोटेसे मंदिर लागते. मुक्कामास उत्तम असे हे ठिकाण आहे. पण कळसूबाई चढाई मोहीम एका दिवसात सहज पूर्ण करून ट्रेकर ग्रुप्स परत जातात. मुक्काम कुणी करत नाहीत. आम्ही कळसूबाई शिखर चढाई करून परतताना या मंदिरात आलो व काही वेळ थांबलो. पावसाचे

दिवस असल्याने सगळीकडे छान हिरवाई होती. मंदिराजवळ असलेला खडकाळ नाला वाहत होता. ते सगळे पाहून आम्ही इथेच मुक्काम करण्याचे ठरविले व तिथे पथारी पसरली.

इथे स्वयंपाक करताना सुकी लाकडे लागणार होती. भांडी आमच्याकडे नव्हती. पण अवचित एक भला माणूस समोर आला. हा या मंदिरात राहणारा बंगाली साधू. त्याचे वय असावे ३५-४० वर्षे. जवळचे गावकरी त्याला 'बाबा' म्हणत! सुरुवातीला अबोल वाटणाऱ्या या बाबाने आमच्याशी खूप गप्पा मारल्या. त्याच्या डोक्यावरील काही केसांच्या जाड जटा झाल्या होत्या.

या बाबाकडे मी बंगालचा विषय काढला, तसा तो भडाभडा बोलू लागला. बांगला देशातला हा मूळचा माणूस. भटकंती करत करत तो इकडे आला आणि येथे राहिला. दरवर्षी वस्तीचे ठिकाण तो बदलतो. यापूर्वी तो अंजनेरीच्या किल्ल्यावर होता. महाराष्ट्रात तो खूप फिरलाय. कोकण, दक्षिण भारत, उत्तर भारत, नेपाळ, तिबेट, आसाम, नागालँड अशा कितीतरी ठिकाणच्या हकिकती बाबाने मला ऐकवल्या. या बाबाची बोलण्याची ढबही काहीशी बंगाली होती.

उपास-तपासाविषयी विचारल्यावर बाबा म्हणाला, 'मी शाकाहारी नाही. पथ्यपाणी पाळत नाही. रोज मांस-मच्छी लागते मला. म्हणून ठराबीक गावकऱ्यांच्या घरीच मी जेवतो. माझे उपास नसतात. फक्त ग्रहणात आणि काही ठराबीक महिन्यांत एखाद्या दिवशी मी जेवण करत नाही.'

या बाबाच्या अंगात बऱ्याच कला आहेत. तंत्र-मंत्र विद्या व सिद्धी अवगत आहेत. हा बाबा मूर्तीही घडवितो. प्लॅस्टरच्या मूर्तींसाठी कोणते रसायन, चुना आणि माती लागते, त्याचा मार्केटमधला भाव काय आहे, हे सारे बाबा उत्साहात ऐकवतो. बाबाने मेस्त्रीकामदेखील केले आहे!

या बंगाली बाबाचा वर्ण काळा असून खाकी कळकटलेली फाटकी पॅन्ट आणि वर साधा शर्ट, असा त्याचा पोशाख आहे! बोलताना बाबा इथला मूळ गावकरीच वाटला.

बाबाने आम्हाला स्वयंपाक करायला लाकडे दिली. काही भांडी दिली. इतर मदतही करू लागला. 'बाबा, जेवण ठेवू का तुम्हाला?' असे विचारल्यावर, 'मी गावात नेहमीचे जेवण जेवून येतो. तुम्ही नका ठेवू मला जेवण,' असे नम्रपणे त्याने सांगितले.

रात्री साऱ्यांच्या डोळ्यांवर झोप होती. बाबा मात्र गप्पा मारत राहिला. पण नंतर माझे सहकारी कंटाळलेले पाहून बाबाने बोलणे आवरते घेतले. त्याने झोपण्यापूर्वी आम्हाला सांगितले, 'तुम्ही झोपताना देवळाचा दरवाजा चांगला लावून घ्या, इथे जवळ जनावरे फिरतात. जंगली कुत्र्यांचा वावरही आहे...'

बाबाने इथल्या जमिनीमध्ये नाचणी व इतर धान्याची पेरणी केलीय. 'स्वतःसाठी हे करायला हवेय,' असे त्याचे म्हणणे होते.

दुसऱ्या दिवशी बाबाचा निरोप घेतला अन आम्ही निघालो.

स्थानिक वातावरणाशी सरावलेल्या आणि कोणालाही आपला त्रास होऊ न देणाऱ्या या बंगाली बाबाचा चेहरा अजूनही माझ्या चांगला लक्षात राहिलाय.

पिंगुळीचे अण्णा महाराज

मुंबई-गोवा हायवेवर कुडाळनंतर दहा मिनिटांनी पिंगुळी गाव लागते. तिथून उजवीकडे जाणाऱ्या रस्त्यावर संत राऊळ महाराजांचा मठ आहे. हे राऊळ महाराज सर्व पंचक्रोशीत प्रसिद्ध होते. त्यांचा विस्तीर्ण परिसरात वसलेला मठ पाहायला व समाधिस्थळाचे दर्शन घ्यायला आज दूरवरून भाविक येतात. मठात वार्षिक उत्सवही साजरा होतो. भाविकांची राहण्या-जेवणाची चांगली सोय होते.

आज या मठाची जबाबदारी अण्णा महाराजांकडे आहे. राऊळ महाराजांचे हे पुतणे की जवळचे आप्त, ते माहीत नाही; पण ते इथे मठात वास्तव्यास असतात. या मठाचा पसारा मोठा आहे. अण्णा महाराज वयाने जेष्ठ असले, तरी उत्साहाने ते सगळीकडे नीट लक्ष ठेवून मठाचे व्यवस्थापन सांभाळतात.

माझे मित्र आले, की त्यांना मी जवळपासची पर्यटन स्थळे दाखवताना पिंगुळीला घेऊन जातो. तेव्हा बहुतेक वेळा अण्णा महाराज समक्ष भेटतात.

अंगाने मजबूत असलेले हे सद्गृहस्थ महाराज नेहमी हसतमुख मुद्रेने मुख्य दालनात मोठ्या आसनावर बसलेले दिसतात. मठात आलेला प्रत्येक माणूस दर्शन घ्यायला, पाया पडायला किंवा कुतूहलापोटी अण्णा महाराजांच्या समोर जातो. त्या वेळी त्यांच्या पुढ्यात नेहमी आलेल्यांचा गोतावळा बसलेला असतो.

महाराज बसलेल्या माणसांशी गप्पा मारीत असले, तरी नवीन आलेल्या माणसावर त्यांचे लक्ष असतेच. पाया पडायला आपण वाकलो, की ते त्यांचा हात आशीर्वादासाठी पुढे करत बसायला सांगतात. मठातील सेवेकऱ्याला बोलावून 'यांना चहा द्या बघू' अशा सूचनाही देतात. जेवणाच्या वेळेला आलेल्या सगळ्यांनाच 'आधी जेवून घ्या, मग सावकाश इथे येऊन बसा,' असे सांगणाऱ्या अण्णा महाराजांच्या स्वभावातील ओलावा प्रत्येक अभ्यागताला भावतो.

एकदा मी दुपारी पिंगुळीच्या मठात मित्रांना घेऊन गेलो होतो. अण्णा महाराज समक्ष भेटले. त्यांनी आमची विचारपूस केली. नंतर म्हणाले, 'आता तसेच जाऊ नका. माशांचे (Fish) जेवण तयार होतेय. जेवण करा आणि मग जा.' मला व मित्रांना आश्चर्य वाटले. मठात माशांचे जेवण कसे? पण आम्ही तिथे दुसऱ्या

बाजूस असलेल्या स्वयंपाकगृहात पाहायला गेलो, तर तिथे मासळी साफ करण्याचे काम चाललेले!

या महाराजांनी स्वतःचे समाधिस्थळ (गृह) आधीच बांधून घेतले आहे! ते स्वतःहून त्याविषयी बोलतात. त्यांचे संकल्प ऐकवतात.

मी प्रत्यक्ष पाहिलेल्या व भेटलेल्या साधू-बैरागी-संत-बाबा यांच्यापैकी आज अण्णा महाराजच पिंगुळीला गेल्यावर समक्ष भेटतात, बोलतात. पिंगुळीच्या मठाची धुरा आजही अण्णा महाराज सांभाळत आहेत.

आपण पिंगुळीला मठात गेलात, तर ते आपले अवश्य स्वागत करतील.

• • •

स्वर्गस्थ

२०१९

जगभरात विनोदी अभिनय करण्यात बाप असलेला चार्ली चॅप्लिन हा माझा सर्वांत आवडता नट. मला चित्रपट पाहण्याचा छंद लागला, तेव्हा चार्लीचे काही बोलपट-मूकपटही पाहायला मिळाले. त्यातील कारुण्यमय कथा डोळ्यांसमोर पाहताना आपल्या निर्मळ हास्याने माझ्यासह सर्वच संवेदनशील रसिक प्रेक्षकांचे ताणतणाव हलके करणारा विनोदी नट चार्ली मला जवळचा वाटू लागला.

आपल्या नेहमीच्या जगण्या-वावरण्यात सततचे ताण आपले आयुष्य कणाकणाने कमी करत असतात. अशा परिस्थितीत चार्ली व चार्लींसारख्या कित्येक अभिनेत्यांनी मला खूप हलके केले आहे. चार्ली चॅप्लिन, मेहमूद, दादा कोंडके, जॉनी वॉकर, लक्ष्मीकांत बेर्डे ही माझ्या विनोद विश्वातील 'तारे' मंडळी आहेत. या विनोदी ताऱ्यांबद्दल खूप सांगण्यासारखे आहे.

येथे मी चार्ली चॅप्लिनची जीवनकहाणी व अभिनयाची कारकीर्द यांविषयी थोडक्यात सांगणार आहे. चिकित्सक साहित्यिक स्वर्गीय य. दि. फडके यांच्या एका पुस्तकामध्ये मी चार्ली चॅप्लिनचा परिचय वाचला आणि मला या अभिनेत्याबद्दल लिहायची इच्छा झाली.

या थोर कलावंताचे निधन १९७७मध्ये नाताळच्या दिवशी, म्हणजे २५ डिसेंबरला झोपेत असताना झाले. या अस्सल विनोदी अभिनेत्यास माझी विनम्र श्रद्धांजली.

स्मरण चार्ली चॅप्लिनचे...

चार्लीचे आत्मचरित्र १९६४मध्ये डेव्हिड रॉबिन्सन या प्रकाशकाने प्रसिद्ध केले. त्यात चार्लीने कुटुंबाविषयी थोडक्यात सांगितले आहे. नाटककार युजिन ओनीलच्या तरुण मुलीशी चार्लीने लग्न केले. त्या वेळी चार्लीचे वय होते पन्नास! आपल्या पहिल्या व तिसऱ्या पत्नीविषयी त्याने चरित्रात लिहिले आहे. दुसऱ्या बायकोने त्याला मनस्ताप

दिला. तिच्याबद्दल त्याने काही लिहिले नाही; पण तिच्यापासून झालेल्या दोन मुलांचा (चार्ल्स व सिडने) उल्लेख चरित्रात आहे.

चार्लीचे आईवडील दोघेही अभिनय करीत. वडील दारुडे होते. त्यांनी बायकापोरांना टाकल्यावर आईला (ॲना) त्याचा त्रास झाला. तिला वेडाचे झटके येत. गरीब परिस्थितीमुळे चार्लीला शिक्षण पूर्ण करता आले नाही.

चार्ली रंगभूमी कलावंत होता. 'किड'मध्ये दिसणारे जॉकी कुगन हे अनाथ पात्र त्याचेच रूप आहे. त्याच्या चित्रपटात अन्नावर तुटून पडत असलेली दृश्ये वारंवार दिसतात. 'इमिग्रंट'मध्ये बोटीवरचा गरीब भटक्या, 'गोल्ड रश'मध्ये भुकेने कासावीस होऊन बूट शिजवून खाणारा मुशाफिर अशा खूप भूमिका चार्लीने केल्या आहेत. 'लाइमलाइट'मध्ये कॅल्व्हेरो दारूच्या आहारी गेलेला रंगभूमी नट म्हणजे त्याच्या पित्याची प्रतिकृती होती.

चार्ली दारू प्यायचा; पण तो व्यसनी नाही बनला. तो आईमुळे रंगभूमीवरचा नट म्हणून आला. तो पाच वर्षांचा असताना एकदा स्टेजवर एका प्रयोगाला आईचा गळा गाणे गाताना बसला. तेव्हा प्रेक्षक टर उडवायला लागले! मॅनेजरने प्रेक्षकांसमोर छोट्या चार्लीला उभे केले आणि सांगितले, की हा चार्ली आता तुम्हाला गाणे म्हणून दाखवेल. मग चार्लीने आईच्या आवाजाची नक्कल करत गाणे म्हटले. त्यावर प्रेक्षक एवढे खूश झाले, की त्यांनी स्टेजवर कौतुकाने पैसे फेकले. चार्लीने ते पैसे स्वीकारले. मध्येच गाणे थांबवून पैसे गोळा केले, आत आईकडे गेला आणि तिला ते दिले! पुन्हा बाहेर आला व आपले गाणे तल्लीनतेने पूर्णही केले!

त्यानंतर चार्ली रंगभूमीवरचा प्रसिद्ध नट बनला. त्याने खूप कामे केली. एकदा एका नाटकात ज्यू लोकांनी वैतागून त्याच्यावर अंडी, टोमॅटो फेकले! का? तर तो प्रवेश ज्यूंच्या विरोधी होता. चार्ली खूप नाराज झाला. पुढे त्याने रंगभूमीऐवजी चित्रपटात काम करायला सुरुवात केली.

इंगमार बर्गमन या जगप्रसिद्ध डायरेक्टरने त्याला एकदा विचारले, ''तुमचा अभिनय पाहून प्रेक्षकांना खूप हसू येते. हे तुम्हाला पहिल्यांदा कधी कळले?''

चार्लीने त्याला उत्तर दिले, ''एका मूकपटात मी पोलिसाची भूमिका करत होतो. मी एका गुन्हेगाराला पकडले आणि मारू लागलो, तेव्हा माझी काठी त्याचेवर उगारल्यावर माझा नेमच चुकला आणि प्रेक्षक तुफान हसले! तेव्हा मला समजलं की आपल्याला हा अभिनय (विनोदी) येतोय.''

अल्बर्ट आईन्स्टाईनने चार्लीचा 'सिटीलाईट्स' चित्रपट त्याच्याचबरोबर प्रीमिअर शोमध्ये पाहिला. त्याप्रसंगी चित्रपटाच्या अखेरच्या भागात हा थोर शास्त्रज्ञ आसवं गाळीत होता! चार्लीला हे अप्रूप वाटले. म्हणजे शास्त्रज्ञदेखील भावुक होतात तर! 'सिटीलाईट' किंवा 'गोल्ड रश' चित्रपटातील शेवटचे भाग बघताना थिएटर असेच भावुक व्हायचे.

जगात चार्ली हा जीनिअस माणूस म्हणून चाहते त्याचे कौतुक करत.

चार्लीमध्ये प्रेक्षकांना खिळवून ठेवण्याचे कौशल्य होते. तो अभिनयासह दिग्दर्शन, एडिटिंगदेखील करायचा. कथा-पटकथा लेखनही त्याने केले आहे. काही चित्रपटांना चार्लीने संगीत दिले आहे.

अशी चौफेर अदाकारी करणाऱ्या चार्लीला कीर्तीचा गर्व कधी चढला नाही. अमेरिकेचे आणि त्याचे काही नीट सूत जुळले नाही. अमेरिकन भांडवलशाहीचा उपहास त्याने 'मॉडर्न टाइम्स', 'द ग्रेट डिक्टेटर', 'अ किंग इन न्यू यॉर्क' अशा चित्रपटात दाखविला आहे. रशियाच्या लढाऊपणाचे चार्लीने कौतुक केले आहे. मात्र या कारणामुळे त्याचा 'अ किंग इन न्यू यॉर्क' बरीच वर्षे अमेरिकेत दाखवला गेला नव्हता.

चार्लीची मते स्पष्ट होती. त्याला राजकीय बंधनांचा तिटकारा होता. राज्याराज्यांत असलेले मतभेद त्याला पटत नव्हते. आपल्या चित्रपटात प्रेक्षकांनी निव्वळ हसावे, एवढीच त्याची इच्छा होती.

माणसाच्या स्वातंत्र्यावर आघात करणाऱ्या व्यक्तींची व प्रवृत्तीची चीड त्याने आपल्या उपहासगर्भ शैलीतील विनोदाच्या रूपात प्रेक्षकांसमोर व्यक्त केली आहे. 'इमिग्रंट'मध्ये चार्लीची बोट न्यू यॉर्क बंदरात शिरल्यावर अमेरिकेच्या स्वातंत्र्यदेवतेचा पुतळा समोर येतो व पडद्यावर अक्षरे झळकतात- द लँड ऑफ लिबर्टी! पण थोड्याच वेळात, चार्लीसकट सर्व उतारूंना एका मोठ्या दोरखंडाने जखडण्यात येते. 'मॉडर्न टाइम्स'मध्ये सुरुवातीला त्याने मेंढरांचा कळप व कारखान्यातून बाहेर पडणारे कामगार दाखवलेत. 'द ग्रेट डिक्टेटर'मध्ये पृथ्वीचा गोल फिरवत नाचणारा हायकेल दाखवला आहे. ही सारी दृष्ये म्हणजे हिटलरच्या हुकूमशाहीची उडविलेली खिल्ली होती.

चार्ली चॅप्लिनचे निधन झोपेत झाले. नाताळचा दिवस होता तो. स्वर्गस्थ चार्लीला या पृथ्वीवर अजूनही मानवी स्वातंत्र्याला नख लावणारी हुकूमशाही शिल्लक आहे, हे नक्कीच दिसत असेल, नाही का? मात्र आता तो त्यावर कोणतेही भाष्य न करता स्मितहास्यच करत असेल!

• • •

कथाघर – १

हॉस्पिटलमध्ये उपचारासाठी दाखल झालेल्या एका तरुणाच्या अंतर्मनात चाललेली घालमेल व वास्तव घटना चित्रित करणारी ही एक लघुकथा आहे.
या कथेतील माणसे त्यांच्या भूमिका प्रामाणिकपणे वठवत असल्याने, आपले मनही पेशंटप्रमाणे 'देवमाणसां' विषयी हळवे होते...

देवमाणसं

सारंगला आज हॉस्पिटलमध्ये ॲडमिट करून घेतलंय. एक महिन्यापासून जी ट्रीटमेंट सुरू झाली, ती संपेचना. तपासणीनंतर सुरुवातीला त्याला पाच दिवसांची औषधे दिली. नंतर सोनोग्राफी, मग लघवी-रक्ताची तपासणी, ईसीजी, एक्स-रे... यानंतर पुन्हा ओपीडी. मग सिस्टोस्कोपी, स्पेशल आययु एक्स-रे, एंडोस्कोपी...

यापूर्वीची आणखी एक टेस्ट राहिली सांगायची, एचआयव्ही ब्लड टेस्ट.

सारंग पार हादरून गेला! रिपोर्ट येईपर्यंत ताणच ताण.

रिपोर्ट नॉर्मल आल्यावर मात्र त्याला हलके वाटले.

अर्थात, वेदना देणाऱ्या सिस्टोस्कोपी आणि एक्स-रेने डोक्याला ताप दिला.

आपला तणावाचा चेहरा सविता, उल्काताई आणि एकूणच लेले कुटुंबाला पाहवत नाही. त्यांचे टेन्शन अजून वाढत आहे.

'अगदी छोटेसे ऑपरेशन होणार आहे', असे हॉस्पिटलचे डॉक्टर्स, नर्सेस, स्टाफ, सगळे सांगताहेत. 'तरी पेशंट चिंतातूर का?' हा प्रश्न घरच्यांसह साऱ्यांना पडलाय! पण सारंगचे अंतर्मन म्हणतेय- 'आयुष्यात हॉस्पिटलमध्ये उपचार आपण केलेले नाहीत.'

'डॉक्टरपासून जवळपास आयुष्यभर लांबच राहिलोय. छोटे इंजेक्शन सोडले, तर वेदनामय उपचार कधी घेतलेले नाहीत. एवढे असूनही हे उपचार आपल्याला टेन्शनमध्ये का आणत आहेत? मायेने ही माणसं धावपळ करत आहेत.' सारंग सगळे पाहत होता.

'उल्काताई सगळी कामं बाजूला ठेवून, रजा घेऊन, पोराच्या अभ्यासाचा विचार न करता आपल्यासाठी सकाळ-संध्याकाळ इथे धडपड करतेय, राबतेय. तिचे आणि या सगळ्यांचेच चांगले होवो. एरवी सरकारी हॉस्पिटलमध्ये उपचारासाठी ओळख नसली तर धावपळ वाढते. रांगा लावाव्या लागतात. खर्चही होतो. या ठिकाणी उल्काताईची मैत्रीण सुमती जाधव, इतर स्टाफ नर्सेस खूप उपयोगी पडताहेत. पण आजारापायी अशी हॉस्पिटलची वारी करायची पाळी कोणावरही न येवो.'

बेडवर उदास अवस्थेत विचार करत असलेला सारंग मनोमन प्रार्थना करू लागला. त्याचे बुधवारी होणारे स्कोपी ऑपरेशन आजच होणार होते. काल रात्री डॉक्टर्सनी तपासणीनंतर आजची तारीख जाहीर केली होती.

आदल्या रात्री सारंगला थोडी झोप लागली तेवढीच. साडेतीननंतर सारंग जागा झाला. अवतीभवती शांतता होती. सारंग कॉटवर तसाच झोपून राहिला.

सकाळ झाली. तो बाथरूममध्ये गेला. सारे विधी आटोपून, गरम पाण्याने अंघोळ केल्यावर सारंगला काहीसे फ्रेश वाटले.

हॉस्पिटलचा पांढरा शर्ट आणि लेंगा पुन्हा चढवून सारंग कॉटवर बसून राहिला.

साडेनऊला डॉक्टर्सचा राऊंड झाला आणि सारंगचे टेन्शन वाढले.

एवढ्यात उल्काताई आली. काही तपासण्या झाल्यावर साडेदहाच्या सुमारास सारंगला तयार राहायला सांगितले गेले. मग एक नर्स त्याच्याकडे आली. सारंगच्या कमरेवर तिने अँटिबायोटिकचे इंजेक्शन दिले. 'यांना आता खायला दिले तर चालेल ना?' सविताने त्या नर्सला प्रश्न केला. 'हो हो, खाऊ द्या त्यांना,' नर्स म्हणाली. घरी बनवून आणलेला उपमा सविताने सारंगपुढे ठेवला. 'राहू दे, मी नंतर घेतो उपमा.' सारंगला काही खायची इच्छा नव्हती.

रेवती आली. तिने आणि उल्काताईने सारंगला समजावले, 'भावोजी, अहो शरीरात ताकद नको का यायला? खा आधी ते.' त्याने आता खाणे सुरू केले.

'सहाव्या माळ्यावर जायचंय युरो ओ.टी.ला,' अशा सूचना थोड्या वेळाने मिळाल्या. लगेच सारंग आणि त्याची माणसं निघाली.

'ओ.टी.' आले. आत जाण्यापूर्वी सारंगच्या पायात कापडी मोजे घातले गेले. डोक्यावर ऑप्रन घालण्यात आला. नंतर काही इन्स्ट्रुमेंट्स हाती देऊन नर्सने सारंगला 'ओ.टी.'मध्ये पाठवले. 'केवढे मोठे ऑपरेशन थिएटर हे!' ओ.टी. पाहून सारंग अचंबित झाला.

'अहो, तुमचा लेंगा काढा आणि कॉटवर झोपा पाहू...' एका वॉर्डबॉयने सूचना केली. आता इलाज नव्हता! त्या अवस्थेत वॉर्डबॉयने सारंगचे दोन पाय थोडे फाकवायला लावले, कॉटच्या दोन्ही बाजूस ते बांधले. थोड्या वेळाने एक डॉक्टर आले. त्यांनी

तिथल्या सिस्टरला व स्टाफला जरूर त्या सूचना दिल्या - 'हे स्कोपीचे ऑपरेशन यशस्वी झाले तर ठीक, नाही तर पेशंटच्या पोटाखाली एक भोक पाडून लघवी काढावी लागेल. त्यासाठी नळी टाकायचीय. हे पंधरा दिवसांसाठी.'

'मग त्या अवधीत स्कोपीचा मार्ग मोकळा झाला, तर स्कोपीचे ऑपरेशन व्यवस्थित होईल.'

'सिस्टर, तुम्ही हे सगळे पेशंटला आणि त्यांच्या माणसांना सांगितलेत का?'

सिस्टर, स्टाफ आता भांबावून गेल्या!

'सर, एक मिनिट हं, आलेच मी त्यांना सांगून.' असे डॉक्टरना सांगून सिस्टर लगबगीने बाहेर आल्या. कॉटवर निपचित पडलेल्या सारंगने सारे ऐकले आणि तो सुन्न झाला!

ओ.टी.बाहेर उभ्या असलेल्या उल्काताई, जाधव स्टाफच्या कानी सिस्टरने हे सारे घातले. 'अहो, पण हे अगोदर नव्हते सांगितले आम्हाला?' उल्काताईने प्रश्न विचारला.

'हे आधी त्या पेशंटला सांगायला हवे होते. त्याला आता समजवायला हवे आहे.' सिस्टर त्यावर काही बोलल्या नाही.

उल्काताईने लगेच डॉक्टरांची भेट घेतली व त्यांना ही माहिती दिली. ते अचंबित झाले! लगेच त्यांनी ओ.टी.मध्ये असलेल्या सारंगला उठवले. सगळे पेपर्स त्याच्या हाती दिले. 'बाहेर बसा तुम्ही थोडा वेळ,' अशी सूचना केली. सारंग गोंधळून डॉक्टरांकडे पाहू लागला! त्यांनी दुसऱ्या पेशंटला ऑपरेशनसाठी आत आणण्याची सूचना नर्सला दिली आणि ते दुसरीकडे वळले.

सारंग ओ.टी. बाहेर येऊन बसला.

'हे काय चाललंय?' सारंगचे मन त्यालाच विचारू लागले,

'स्कोपीचे ऑपरेशन व्यवस्थित नाही झाले, तर चक्क पोटाखाली कापून नळी टाकणार? आणि पंधरा वीस दिवस आपण त्याच अवस्थेत असणार?', मग पुन्हा टेस्ट होईल... सारंगची उदासी वाढत राह्यली.

काही वेळाने उल्काताई सारंगकडे आली,

' भावोजी, ऐकून घ्या काय ते,' सारंग आता सावरून बसला.

तिने सारे काही सोप्या भाषेत सारंगला सांगितले.

त्याला थोडा धीर आला.

'ही सगळी माणसं करताहेत ते आपल्या चांगल्यासाठीच ना?

असे मनी म्हणून सारंग उद्गारला- ' मी तयार आहे आता'.

'तुम्ही अनुभवी माणसं आहात. डॉक्टर्स, स्टाफला जे करायचेय ते माझ्या चांगल्यासाठीच ना?',

मग होऊ द्या काय ते तुमच्या मताप्रमाणे...'.

'उल्काताई, जाधव स्टाफ, सविता, रेवती, या साऱ्यांना आता हलके वाटले.

पुन्हा उल्काताईने डॉक्टरांची भेट घेतली. त्यांना सगळे सांगितले.

त्यानंतर अर्धा तास थांबावे लागले, कारण दुसरा पेशंट आत आला होता ऑपरेशनसाठी.

तो पेशंट बाहेर आल्यावर काही वेळातच सारंगला आत न्यायला नर्स आली.

पुन्हा 'ओ.टी.'त आल्यावर सारंग उदास झाला.

वॉर्डबॉयने सारंगला मागच्या प्रमाणे सूचना दिल्या.

सारंग तयारी करून कॉटवर निपचित पडून राह्यला.

मग डॉक्टरसह सगळ्यांच्या हालचाली पुन्हा सुरू झाल्या.

तीन-चार नर्सेस हसत गप्पा मारीत स्कोपी ऑपरेशनची तयारी करू लागल्या.

'एक पुरुष निर्वस्त्र अवस्थेत इथं कॉटवर पडलाय, पेशंट असला तरी तो पुरुष आहे.'

'त्या तरुण नर्सेसना काहीच भावना नसतील? त्यांना संकोच नाही वाटणार?'

'काय वाटेल त्यांना असे काम करताना? अशा परिस्थितीत त्या काम नीट करतील?'

'किती त्रास होत असेल त्यांना?...'

वर छताकडे नजर करून कॉटवर पडलेला सारंग सगळ्यांचे आवाज ऐकत हे प्रश्न स्वतःलाच विचारू लागला!

इतक्यात एका नर्सने सारंगच्या लघवी मार्गाला मेडिकल जेली क्रीम लावली, तो भाग सुन्न व्हावा म्हणून!

सारंगला स्वतःची शरम वाटली. 'आपण किती चुकीचा विचार करत होतो!'

ती नर्स आणि सगळा स्टाफ त्याला देवासारखा वाटू लागला.

'आपल्या भाव-भावना बाजूला ठेवून, निव्वळ कर्तव्यभावनेने पेशंटच्या आरोग्यासाठी त्याची सेवा करणारी ही सगळी मंडळी देवमाणसे नव्हेत?'

'आपण मात्र असा विकृत विचार करणारे दुष्ट आहोत.' असा विचार करत पुन्हा पुन्हा सारंग स्वतःला दोष देऊ लागला.

आता स्कोपी ऑपरेशनचे काम सुरू झाले.

सारंगच्या लघवी मार्गात, आत खोलवर काहीतरी जात असल्याची जाणीव त्याला व्हायला लागली. अगदी आत वेदनाही जाणवू लागली. सारंग वर बघत मनी देवाचा धावा करू लागला.

'तुम्ही श्वास एकदम घ्या आणि एकदम सोडा पाहू' एका नर्सने मोठ्या आवाजात त्याला सांगितले.

दुसरी नर्स म्हणाली, 'झाले झाले, थोडे राह्यलेय आता...'

काही क्षणांनी डॉक्टर बोलले, 'आता स्कोपी ऑपरेशन ओके झालेय...'

एका नर्सने सारंगजवळ येऊन त्याला सांगितले, 'झाली तुमची स्कोपी.'

त्याचे मन बरेच हलके झाले. वेदना कमी होऊ लागल्या.

'थँक्स, सिस्टर.' सारंग त्यांना कृतज्ञतेने म्हणाला.

वर बघत त्याने देवाचे आभार मानले आणि म्हणाला, 'सुटलो बुवा एकदाचा.'

'सिस्टर, या पेशंटला न्या आता बाहेर,' डॉक्टरने आवाज दिला.

प्रचंड थकलेल्या सारंगने लगबगीने लेंगा बांधला.

लघवीची कॅथेटर नळी आणि पिशवी हाती धरून तो तयार झाला.

एका वॉर्डबॉयने सारंगला हाताला धरून सांभाळत बाहेर दुसऱ्या कक्षात आणले.

'बसा त्या बाकावर,' एवढे सांगून वॉर्डबॉय पुन्हा आत गेला.

बाहेर बाकावर सारंग बसला आणि त्याला गहिवरून आले.

'आपली माणसं बाहेर ताटकळत बसून राहिलीत. त्यांची किती घालमेल झाली असेल?'

ओ.टी.तल्या एका नर्सने उल्काताईला भेटून सगळे कळवले असावे, कारण उल्काताई आत ओ.टी.मध्ये जाऊन डॉक्टरांना भेटून सारंगकडे आली.

ती आनंदाने सारंगला सांगायला लागली, 'भावोजी, अगदी व्यवस्थित ऑपरेशन झाले आहे तुमचे. मला डॉक्टरांनी तसे सांगितले आहे. आता कुठली काळजी नाही करायची तुम्ही.'

इतक्यात एक वॉर्डबॉय व्हील चेअर घेऊन आला. त्याने सारंगला म्हटले, 'चला आता वॉर्डमध्ये.' मग सारंग व्हीलचेअरवर बसला.

ओ.टी.च्या बाहेरील हॉलमध्ये सविता, रेवती, जाधव स्टाफ थांबल्या होत्या.

उल्काताई त्यांच्यापाशी गेली. तिचा हसरा चेहरा पाहून सगळे आनंदले.

सारा ताफा आता वॉर्डमध्ये दाखल झाला.

सारंगचा सगळा ताण निघून गेला होता. पण चेहऱ्यावर असलेला थकवा त्याला लपवता येत नव्हता.

सविताने त्याला धीर देत कॉटवर बसवले व म्हणाली, 'काही वेळ आडवे व्हा तुम्ही. आराम करा. तुम्हाला चहा, दूध देतील ते घ्या...'

सारंग तिच्याकडे मायेनं पहात कॉटवर निवांत पडून राहिला.

लगेच एक आयाबाई आली. तिने ग्लासातून गरम चहा आणि ब्रेड सारंगला दिले.

तिकडे उल्काताई, रेवती वॉर्डच्या सिस्टर्सशी संपर्क साधून काही माहिती घेत होत्या.

सविताही तिकडे गेली. उल्काताईने पुढची कामे सवितेला सांगायला सुरुवात केली, 'हे बघ सविता, सगळे ठीक झालेय. टेन्शन नको घेऊ. मी औषधे कशी आणि किती घ्यायची ते तुला नंतर सांगते.'

तिला थांबवत जाधव स्टाफ म्हणाल्या, 'आधी सगळे कॅन्टीनला चला पाहू. तुम्ही सकाळपासून खूप धावताय.'

'तेथे काही खाऊन घ्या. पेशंटलाही थोडा वेळ विश्रांती मिळेल...'

'हो, हो, चला जाऊ कॅन्टीनला, तिथे काय ते बोलू या.'

उल्काताई एवढे बोलून साऱ्यांना घेऊन कॅन्टीनला निघाली.

तासाभराच्या विश्रांतीनंतर सारंगला हुशारी आली. त्याला उठून बसावेसे वाटले.

जवळपास असलेल्या सविताला विचारावे म्हणून त्याने वळून पाहिले, तर कोणीच नव्हते जवळ!

थोडा वेळ सारंग तसाच पडून राहिला.

'कुठे गेली असतील ही माणसे? आपल्या भोवती सकाळपासून राबणारी माणसे खाणंपिणं बाजूला ठेवून आलीत, निव्वळ आपल्या सेवेसाठी.!'

'हॉस्पिटलमध्ये आपल्यावर उपचार व सेवा करणारा प्रत्येक जण आपल्याला जसा देवमाणूस वाटतो, तशीच ही माणसे नव्हेत का? आपली पत्नी आणि इथे राबणारे आपले आप्त, ही सगळीच माणसं भली आहेत. देव माणसेच आहेत ती आपल्यासाठी...'

हा विचार करता करता सारंगला कधी गाढ झोप लागली ते कळलेच नाही!

'अहो, उठा उठा, किती गाढ झोपून राहिलात, भावोजी?'

छान विश्रांती मिळाल्याने सारंग निर्धास्त झोपला होता. उल्काताईच्या आवाजाने त्याला जाग आली.

सारंग उत्साहाने उठून बसला आणि आपल्याकडे मायेने पाहणाऱ्या या सगळ्या देव माणसांना त्याने नम्रतेने हात जोडले!

•••

कथाघर – २

अगदी पाच-दहा मिनिटांत वाचून होईल एवढी ही लघुकथा आहे. वीस-बावीस वर्षांपूर्वी घडलेल्या एका दुःखद घटनेवर ती आधारलेली आहे. ही कथा वाचताना तुम्ही अस्वस्थ व्हाल...

दशा

पोलीस हॉस्पिटलमध्ये प्रमोदला ॲडमिट केले आहे आणि तो सीरिअस अवस्थेत आहे, अशी माहिती सतीशला मिळाली व तो हॉस्पिटलकडे निघाला.

फक्त पोलिसांसाठी असणाऱ्या त्या हॉस्पिटलमध्ये सतीशने प्रवेश केला. तिथे पेशंटची वर्दळ दिसत नव्हती. डॉक्टर-नर्सेंसही दिसेनात. सर्वत्र शांतता पसरलेली! इकडेतिकडे बघत सतीशने प्रमोद कुठे दिसतोय का हे पाहायला सुरुवात केली. इतक्यात समोर एक नर्स आली. तिला विचारल्यावर लगेच तिने एका कोपऱ्यात बोट दाखविले. ती सतीशला म्हणाली, 'त्या रूममध्ये आहे पेशंट, तिकडे जा. पण जास्त थांबता नाही येणार तुम्हाला...'

' हो सिस्टर, लगेच निघेन मी' असे म्हणून सतीशची पावले तिकडे वळली.

त्या रूममध्ये सतीशने पाऊल टाकले. कॉटवर पडलेल्या प्रमोदची सतीशकडे नजर गेली. तो उठण्याची हालचाल करू लागला, मात्र पूर्णतः कमजोर झालेले शरीर प्रमोदला साथ देईना!

सतीशने त्याला म्हटले, 'प्रमोद, अरे राहू दे, कशाला उठतोस तू? राहा बरं पडून.'

दिनवाण्या नजरेने सतीशकडे पाहत प्रमोद कॉटवर तसाच पडून राहिला. त्याची ही अवस्था पाहून सतीश आधीच सुन्न झालेला होता. काय बोलू व कसे बोलू, अशी त्याची स्थिती झाली होती.

प्रमोदने चेहऱ्यावर हासू आणत सांगितले, 'जास्त बोलले की धाप लागते मला, उचकी येते...'

हे बोलून प्रमोद थोडा वेळ थांबला. मग त्याने सुरुवात केली, 'आज मला जे.जे.ला नेले होते. त्यांनी मला कावीळ झालीय म्हणून सांगितले. ते म्हणतात टी.बी.च्या गोळ्या बंद करा...'

पुन्हा प्रमोद थांबला. त्याने आपले क्षीण शरीर थोडे हलवून दुसऱ्या कुशीवर वळवले. तेव्हा अंगावरची चादर काहीशी बाजूला झाली. त्याच्या कमरेखाली काहीच कपडे नव्हते! सतीशने त्याची खाली येणारी चादर नीट पांघरली.

आता प्रमोद सतीशला विचारू लागला, ''गणपती कधी येणार?''

त्यावर प्रमोद म्हणाला, ''अजून दोन महिने आहेत, का?''

''आमच्या घरी येतो गणपती. माझ्या आई-बाबांची धावपळ होईल ना या वेळी...'' हे बोलताना प्रमोदला धाप लागली.

''होऊ देत, तू नको काळजी करू, इथे तू चांगली विश्रांती घे. आम्ही आहोत ना त्यांना मदत करायला,'' सतीशने त्याला उत्तर दिले.

''सतीश, तुमच्या घरीही गौरी गणपतीची तयारी सुरू असेल ना?''

''हो तर, आपले दोन्ही गणपती एकाच ठिकाणाहून आणतो आपण. पण प्रमोद, आता गणपतीची नको काळजी करूस. तुझे भाई-आई आहेत की. आम्हीही आहोत. तू कशाला टेन्शन घेतोस?''

''हो, मी तोपर्यंत चांगला होईन...'' आपल्या खोल आवाजात प्रमोदने उत्तर दिले.

''हो तर, तुला चांगले व्हायलाच हवे. आता तू तुझे खाणे थोडे वाढव. गोळ्या, औषधे व्यवस्थित घे. शरीरात ताकद येईल. गणपती-गौरी येण्याअगोदर चांगला चालता-फिरता होशील तू.''

मात्र हे बोलल्यानंतर सतीशला फील झाले. आयुष्याच्या अखेरच्या टप्प्यावर असणारा प्रमोद अजूनही किती आशेत जगतो आहे? त्यात, आपण त्याला खोटा धीर देत फसवत आहोत.

आता इथून निघायला हवे होते. कसेबसे बोलणे आटोपते घेऊन सतीशने प्रमोदचा निरोप घेतला. हॉस्पिटलच्या आवारातून बाहेर पडल्यावर सतीशची अस्वस्थता थोडी कमी झाली.

रात्री त्याने घरी पाऊल टाकले, तेव्हा त्याची पत्नी स्नेहाने सतीशला पहिला प्रश्न केला,'काय हो, आज वेळ झाला यायला? कुठे गेला होतात?''

लगेच सतीशने तिला उत्तर दिले, ''अगं, ऑफिसहून सुटल्यावर पोलीस हॉस्पिटलमध्ये जाऊन आलो. प्रमोद ॲडमिट आहे ना तेथे. सीरिअस आहे तो.''

''काय? अहो तुम्ही तिकडे कसे गेलात? कोणी जात नाही ना अशा पेशंटकडे. त्यांची जवळची माणसं पण जात नव्हती ना भेटायला, मग?'' स्नेहा स्पष्टच बोलली.

सतीश त्यावर शांतपणे बोलला, ''अगं स्नेहा, असे भेटून आणि संपर्क करून काही होत नाही आपल्याला, तुमचा चुकीचा समज आहे तो...''

''तुम्ही आधी बाथरूममध्ये जाऊन अंघोळ करा, सारे कपडे धुवायला टाका. स्वच्छ व्हा. मग बाहेर येऊन सांगा काय सांगायचे ते.'' स्नेहाला सतीशने तिकडे जाणे पटलेले दिसत नव्हते.

बाथरूममधून फ्रेश होऊन बाहेर आल्यावर सतीशने देव्हाऱ्यापाशी उभे राहून देवाला हात जोडले. क्षणभर चिंतन करून तो सोफ्यावर येऊन बसला. स्नेहाने आणलेला चहाचा कप घेतल्यावर सतीशला बरे वाटले.

''अगं, तो प्रमोद आयुष्याची शेवटची घटका मोजतो आहे हॉस्पिटलमध्ये. आपल्या नात्यातले ते कुटुंब आज किती दुःखी अवस्थेत आहे माहिती आहे तुला? आपण थोडा वेळ काढून त्याला बघायला जायला नको का?''

''नाही हो, तसे नाही. तुमचे चुकीचे नव्हते. पण हा असला आजार, त्यांचे जवळचे लोकच जात नाहीत त्याला पाहायला. धोका नको म्हणून मी तसे म्हटले तुम्हाला...'' स्नेहा समजावणीच्या सुरात सतीशला म्हणाली.

सतीश तिला म्हणाला, ''वेडी आहेस तू, स्नेहा. हा आजार जीवघेणा आहे हे खरे आहे. पण नुसत्या जवळ जाण्याने किंवा बोलण्यामुळे या आजाराचा संसर्ग नाही होत. सगळे गैरसमज आहेत तुमच्या लोकांचे. कसे सांगू तुला मी?...''

तिने सतीशचा आविर्भाव पाहिला आणि ती गप्प बसली.

सतीशने तिला समजावले. सारी हकिकत त्याने स्नेहाच्या कानी घातली.

तो सांगू लागला, ''प्रमोद हा भाईंचा एकुलता एक मुलगा. त्याला दोन बहिणी आहेत. पण त्या लग्न होऊन सासरी गेलेल्या. भाई फुटपाथवर स्टॉल लावायचे. तो धंदा आता चालत नाही. आई शिवणकाम करते. नशीबाने दोनतीन वर्षांपूर्वी प्रमोदला पोलीस खात्यात नोकरी मिळाली. किती खुशीत होते त्यांचे कुटुंब!

''नोकरी मिळाल्यानंतर प्रमोदला मुली सांगून यायला लागल्या. त्यातील एका चांगल्या मुलीचे स्थळ पाहून भाईंनी प्रमोदचे लग्न लावून दिले. प्रमोदचा सुखी संसार सुरू झाला. सगळे कुटुंब आनंदात होते.

''काही महिन्यांपूर्वी प्रमोदला हा गंभीर आजार जडला आणि सगळी घडीच विस्कटून गेली. या आजाराने पेशंटचे शरीर क्षणाक्षणाला खंगत जाते. त्यामुळे डॉक्टरांनी प्रमोदला लगेच हॉस्पिटलमध्ये उपचारासाठी दाखल व्हायला लावले. या धक्क्याने भाईंचे पूर्ण कुटुंब हादरून गेले. अजूनही ते सावरलेले नाहीत.''

सतीशला मध्येच थांबवत स्नेहाने विचारले, ''एक विचारू का? अहो, एवढ्या चांगल्या नोकरीच्या ठिकाणी प्रमोद होता. व्यवस्थित तब्येत होती त्याची, मग अचानक

या आजाराची त्याला बाधा कशी झाली?''

सतीश गप्प राहिला थोडा वेळ. मग म्हणाला, ''मला काही समजायला मार्ग नाही... पण त्याला तो आजार झाला आहे एवढे खरे. यातून तो बरा होणे कठीण आहे.''

सतीशने पुढे सांगायला सुरुवात केली, ''डॉक्टरांनी खबरदारी म्हणून प्रमोदच्या बायकोची तपासणी केली. तिलाही या आजाराची लागण झाल्याचा रिपोर्ट मिळाल्यावर पुन्हा सगळे हादरून गेलेत! आता ही अशी गोष्ट सांगणार कोणाला?

''ही माहिती आमच्या आईला प्रमोदच्या आईने सांगितली आहे. त्या दोघी नात्यातल्या असल्या, तरी मैत्रिणीसारख्या वागतात. प्रमोदच्या बायकोवर आता उपचार सुरू झालेत. मात्र तिच्या माहेरच्यांनी इथली परिस्थिती पाहिल्यावर स्वतःहून मुलीला माहेरी नेऊन ठेवले आहे. ती माणसे आता या कुटुंबाशी संपर्कही ठेवत नाहीत!

''आणि आज मी हॉस्पिटलमध्ये पाहिलेला प्रमोद शेवटच्या वाटेवर आहे...''

सतीशने सांगितलेली सारी व्यथा ऐकल्यावर स्नेहाचे डोळे भरून आले.

सतीशने तिला शांत केले व म्हणाला, ''सांग तू आता. आपण यात काय करू शकतो? मला सारे कळल्यावर राहवेना. निदान आपण त्याला बघून, भेटून तरी यावे असे मला वाटले. म्हणून घाई करून आज एकटाच प्रमोदला पाहून आलो. बिचाऱ्याला मी भेटल्यावर किती बरे वाटले, माहीत आहे? त्याला बोलायला जमत नव्हते, तरीही तो बोलत होता माझ्याशी. किती आशा वाटतेय त्याला जगायची!''

''काय झाले हे बिचाऱ्याचे. अहो, त्याच्या आईवडिलांना मनात काय वाटत असेल? असे कुणाचेही होऊ नये कधी,'' स्नेहा हळहळत म्हणाली.

या विषयामुळे दोघेही रात्रभर अस्वस्थ होते.

काही दिवसांनी दहीकाला उत्सवाचा दिवस उजाडला. परिसरात सर्वत्र दहीहंडी पाहायला गर्दी झाली होती. त्या उत्साही वातावरणात बातमी आली, की प्रमोद वारला! भाईचे कुटुंबीय जिथे राहायचे त्या चाळीत सारे लहानथोर रहिवाशी जमा झाले.

या दुर्दैवी घटनेमुळे दहीकाल्याचा उत्सव थांबवून सारे त्या कुटुंबाच्या दुःखात सहभागी झाले. जड अंतःकरणाने प्रमोदची निर्वाण यात्रा निघाली. संसर्गाच्या भीतीने त्याचे पार्थिव शरीर पूर्णपणे झाकले होते. फक्त मुखाकडील भाग, तोही लांबून पाहायची परवानगी मिळाली होती.

अशा दुःखद वातावरणात प्रमोद स्वर्गस्थ झाला.

त्यानंतर गौरी-गणपती सणाच्या दोन दिवस आधी सतीश आईबाबांना भेटायला घरी गेला. कुटुंबाचा गौरी-गणपती सण त्या घरी एकत्रित साजरा व्हायचा. त्यामुळे सणाची तयारी तिथे चालली होती. तिथे कामातून गप्पा मारताना मध्येच सतीशने आईला विचारले, ''आई, या वर्षी भाईकडे गणपती आणणार की नाही?''

आई म्हणाली, ''त्यांचेकडे गणपती दीड दिवसासाठी आणणार, असे भाई म्हणालेत. तुझ्याकडून ते पहिल्या दिवशीची पूजा आणि उत्तर पूजा करून घेणार आहेत. तू भाईंकडे आठवणीने जाऊन ये.''

तिचे बोलणे झाल्यावर बाबांनी त्याला विचारले, ''काय रे सतीश? एवढी चांगली नोकरी लागली प्रमोदला. लग्नही झाले चांगल्या मुलीशी. मग अचानक असा आजार कसा काय झाला रे? चांगला सोन्यासारखा पोरगा तो. अजून जगायला हवा होता रे...''

सतीश क्षणभर गप्प राहिला. मग त्याने बाबांना उत्तर दिले, ''हे बघा बाबा, आपल्याला याव्र काहीच माहिती नाही, मग त्याव्र कसे काय बोलणार? फक्त जे काही झाले ते वाईट झालेय.''

सतीश त्याच दिवशी भाईंच्या घरी गेला.

भाई कॉटवर डोळे मिटून पडले होते. प्रमोदची आई घरात नेहमीची कामे करत होती. तिने सतीशला पाहिले. आपला उदास चेहरा हसरा करत ती त्याला म्हणाली, ''ये सतीश, बस बाबा.''

भाईंनी आवाज ऐकला. ते लगबगीने उठून बसले.

''घरी जाऊन आलास का तुझ्या?'' भाईंनी सतीशला विचारले.

''हो भाई, तिकडेच होतो गणपतीची कामे करत. आईने तुमचा निरोप सांगितला.''

सतीशचे बोलणे झाल्यावर भाई त्याला म्हणाले, ''या वेळी दीड दिवसाचा गणपती आहे आमच्या घरी, तू इथे येशील ना? तुझ्याकडून मी गणपतीची पूजा करून घेणार आहे. दुसऱ्या दिवशी उत्तरपूजाही तुला करायची आहे. येशील ना तू?''

सतीशकडे प्रमोदची आई दिनवाण्या नजरेने बघत होती. सतीशला वाईट वाटले. त्याला दाटून आले होते. पण त्याने स्वतःला सावरले. तो भाईंना म्हणाला, ''मी येईन त्या दिवशी. तुम्ही नका काळजी करू.''

आता भाईंचे डोळे पाणावले होते. ''बघ सतीश, काय पाळी आणलीय परमेश्वराने आमच्याव्र. आता त्याच परमेश्वराचे कार्य थांबवून कसे ठेवू मी सांग?'' भाईंचे शब्द सतीश ऐकत गप्प राहिला.

प्रमोदची आई डोळ्यांतली आसवे पुसत सतीशला म्हणाली, ''पोराच्या चांगल्या संसाराला नजर लागली रे, देव आम्हाला इथे ठेवून त्याला का घेऊन गेला?...''

सतीशने दोघांनाही समजावून शांत केले. तो म्हणाला. ''सगळे आता घडून गेले आहे, पण तुम्ही एकटे वाटून नका घेऊ. आम्ही सगळे आहोत ना? केव्हाही बोलवा. मी आहे, आमचे आई-बाबा आहेत....''

भाईंनी सारे ऐकून घेतले. मग त्याला म्हणाले, ''सतीश, आता तू लांब राहायला

गेलायस ना? तुला उशीर होईल घरी पोहोचायला. आता निघ तू बाबा. चतुर्थीला मात्र सकाळी आठवणीने ये, विसरू नको.''

सतीश तिथून घरी निघाला. त्याची अस्वस्थता पुन्हा वाढली. त्याच्या नजरेसमोर भाईंचे खचलेले कुटुंब दिसू लागले. हॉस्पिटलमध्ये निपचित पडून राहिलेला प्रमोद दिसू लागला.

सतीश स्वतःच्या मनाला विचारू लागला, ‘दैव हे एवढे विचित्र असते काय? काल अत्यानंदात असणाऱ्या कुटुंबाला आज ते दुःखाच्या खाईत लोटते? आणि एकाने केलेल्या कर्माचे भोग दुसऱ्याला भोगायला लावते?''

‘‘आता येणाऱ्या चतुर्थीला मी भाईंच्या घरी पूजा करताना माझी काय अवस्था होईल?...''

...

मनभावन गीत, गाणे अन् कविता - १

मराठी चित्रपट 'एकटी' मी फार पूर्वी पाहिलाय. एक कष्टाळू व प्रेमळ अशी आई या चित्रपटात मला पाहायला मिळाली. आपल्या मुलाला तन-मन-धनाने ती वाढवते. त्याचा संसार उभा करून देते. त्यानंतर तो मुलगा तिचा राहत नाही. त्याला आपली आई परकी वाटू लागते. पण आपले लेकरू सदैव सुखातच राहावे, ही इच्छा मनी बाळगत बिचारी माउली एकटी राहते. या एकाकी अवस्थेतदेखील आपल्या मुलाचे भलेच व्हावे, ही तिची आंतरिक इच्छा असते.

आई देवाघरी गेल्यानंतर जागा झालेला मुलगा ओक्साबोक्शी रडतो खरा, पण उपयोग काय? हे कथारूप सांगणारी 'एकटी'ची कथा मनात घर करते.

आज इतक्या वर्षांनंतरही मला आतून अस्वस्थ करणारे 'एकटी'मधील हे 'आठवणीतील गीत' तुम्हालादेखील अस्वस्थ करेल...

निमिष एक थांब तू

लिंबलोण उतरू कशी
असशी दूर लांब तू
इथून दृष्ट काढिते
निमिष एक थांब तू ।।धृ.।।

एकटाच मजसी तू
उभ्या जगात लाडका
तूच दुःखसागरी
उभविलीस द्वारका

सर्व भार घेतला
असा समर्थ खांब तू
इथून दृष्ट काढिते
निमिष एक थांब तू ।।१।।

धन्य कूस आईची,
धन्य कान, लोचने
कृतार्थ जन्म जाहला
फिटून जाय पारणे
अनंत कष्ट सोसले
फेडीलेस पांग तू
इथून दृष्ट काढीते
निमिष एक थांब तू ।।२।।

शीणभाग संपला
तृप्त माय जीवनी
आयु उर्वरित ते
सरेल ईश चिंतनी
लाभले न जे कुणा
असे सुदैव भोग तू
इथून दृष्ट काढते
निमिष एक थांब तू ।।३।।

गीतकार : ग. दि. माडगूळकर
गायिका : सुमन कल्याणपूर
संगीत : सुधीर फडके
अभिनेत्री : सुलोचना

• • •

बाळ कोल्हटकर हे माझे आवडते नाटककार. त्यांचे प्रत्येक संगीतमय नाटक नऊ अक्षरांच्या नावाने प्रसिद्ध व्हायचे. त्याचे कोडे मला अद्याप उमजले नाही. मात्र या मनस्वी कलाकर्मींचे प्रत्येक नाटक संवेदनशील रसिक प्रेक्षकांना भावायचे व नाट्यप्रयोग हाऊसफुल्ल व्हायचे.

लेखन, दिग्दर्शन आणि अभिनय अशा तिन्ही जबाबदाऱ्या पेलणाऱ्या बाळ कोल्हटकरांच्या प्रत्येक नाटकामध्ये भावनेने ओथंबलेले प्रदीर्घ संवाद असायचे, संस्कारशील कुटुंबे असायची. प्रसंगी डोळे भरून येणारे सीन्स असायचे.

त्यांचे नाटक संपताना कोणता ना कोणता संस्कारी संदेश घेऊन प्रेक्षक बाहेर यायचे. कोल्हटकरांची दोन नाटके विशेष गाजली. 'वाहतो ही दुर्वांची जुडी' आणि 'दुरितांचे तिमिर जावो'. 'दुर्वांची जुडी'मधील वाया गेलेल्या भावास नेहमी सावरून घेणारी ताई आणि 'दुरितांचे...'मधील मनाने आणि पैशाने श्रीमंत असणारा भावनाशील, तरुण नायक नाट्यप्रेमींच्या कायम स्मरणात राहील.

'दुरितांचे...' मधील एक नाट्यपद आपल्या आईविषयीच्या भावना व्यक्त करत प्रत्येक मातृप्रेमी माणसाला रडवेल इतके वास्तव शोकगीत आहे. ते ऐकताना आजही आपले डोळे भरून येतील व आपल्या आईची मूर्ती समोर साकार होईल...

आई तुझी आठवण येते...

आई तुझी आठवण येते
सुखद स्मृतींच्या कल्लोळांनी
काळीज काजळते...
वात्सल्याचा कुठे उमाळा,

तव हातांचा नसे जिव्हाळा
हृदयांचे मम होऊन पाणी
नयनी दाटून येते…

आई तुझ्याविण जगी एकटा,
पोरकाच मज म्हणति करंटा
व्यथा मनींची कुणास सांगू
काळीज तिळतिळ तुटते…

हाक मारितो 'आई आई',
चुके लेकरू, सुन्या दिशाही
तव बाळाची हाक माउली,
का नच कानी येते…

सुकल्या नयनी नुरले पाणी,
सुकल्या कंठी उमटे वाणी
मुके पाखरू पाहा मनाचे,
जागी तडफड करते…

नको जीव हा नकोच जगणे,
आईवाचुन जीवन मरणे
एकदाच मज घेई जवळी,
पुसुनि लोचने माते…

नाटक : दुरितांचे तिमिर जावो
गीत : बाळ कोल्हटकर
दिगूच्या भूमिकेत : भालचंद्र पेंढारकर

•••

अद्भुत

मुंबई हे बहुरंगी, बहुढंगी शहर आहे, म्हणजे पूर्वीपासून ते असेच आहे. अशा या शहरात चांगल्या माणसांप्रमाणे लफंगे आणि भामटेही राहतात. ते सर्वत्र वावरत आपले सावज निरखत असतात. आपण थोडे जरी बेसावध किंवा गाफील राहिलो, तरी आपल्यावर ते कधी नजरबंदी करून (म्हणजे नजरेला नजर देऊन), नाहीतर हलकासा स्पर्श करून भुरळ घालतील व क्षणात आपल्याजवळची मौल्यवान वस्तू लुबाडून घेऊन पसार होतील याचा काही नेम नसतो.

हा संमोहनाचा प्रकार असतो. लफंगे यात हुशार असतात.

गोड बोलत भुरळ घालून व संमोहित करून असे लुटमारीचे पूर्वी घडलेले चार प्रसंग सांगताना, एक संमोहन प्रयोग मला कसा 'अद्भुत' आणि प्रबोधनपर वाटला तेही नंतर सांगणार आहे...

प्रसंग पहिला

दर शुक्रवारी भरणाऱ्या मुंबईतल्या चोरबाजारात एकदा मित्रासह फेरफटका मारायला गेलो होतो. तिथे एका गल्लीत फिरत असताना आमच्या मागे एक तरूण येऊन अगदी दिनवाणा चेहरा करीत, 'घडी चाहिये? ले लो, ले लो, 'रिको'की घडी है,...' असे म्हणत मागे मागे येऊ लागला.

आम्ही त्याला, 'नहीं चाहिए घडी हमें', असे उत्तर देत कटवत होतो.

तो चिवट होता, 'देखो ना, रिको की घडी है, मैं कम करुंगा दाम', असे हात लावून आम्हाला विनवू लागला.

अखेर त्याने आमचे लक्ष त्याच्याकडे वळवले. दोघेही त्याच्या मागे चालू लागलो.

चालताना आमचे बोलणे सुरू झाले. ''कितने में देगा घडी?''

''अडायसो रुपये.''

''नही चाहिये.''

''लेकिन देखो तो? घडी रिको कंपनी की है.''

''मगर हमें नही लेना है.''

''अरे साहब, देखो तो सही.''

''ठीक है, मगर बहुत महंगी है. लास्ट कितने में दोगे बोलो?''

अडीचशे, दोनशे, दीडशे, शंभर असे करत होता. आम्ही त्या घड्याळाची किंमत वीस रुपयांपर्यंत खाली आणली!

आता पैसे देऊन घड्याळ घ्यायला आम्ही खिशात हात घालणार, तोच त्या तरुणाने घाबरा चेहरा करत आम्हाला म्हटले, 'रुको, रुको, पैसे यहा मत निकालो, थोडे साईड में चलो, उधर मैं पैसे लेकर आपको घडी देता हूं.'

मग त्याने आम्हाला दुसऱ्या गल्लीत नेले.

तिथे आम्ही प्रथम ते घड्याळ मागितले. त्याने एका पुडीमध्ये ते बांधून ठेवले होते. ती पुडी उघडून दाखवली. आम्ही लगेच पैसे दिले व पुडी हाती घेतली.

मी ती लगेच उघडायला लागलो तेव्हा त्याने आम्हाला, ' नहीं, नहीं. पुडी इधर मत खोलो. बादमे खोलो. इधर कोई देखेगा...' हे सांगून तो पटकन निघून गेला!

अडीचशे रुपयाचे रिको कंपनीचे घड्याळ केवळ वीस रुपयात विकत घेतल्याचा आनंद व्यक्त करत आम्ही दोघे बसस्टॉपवर पोहोचलो. लगेच आलेली डबलडेकर बस पकडली. वरच्या डेकवर बसलो, तिकिटे काढली आणि मग उत्सुकतेने घड्याळाची पुडी उघडली तेव्हा आम्हाला धक्काच बसला! त्या पुडीमध्ये दोन दगडाच्या कपरी निघाल्या!

चतुर लफंग्याने आम्हाला संमोहित करून लुटले होते.

प्रसंग दुसरा

माझी धाकटी बहीण एकदा दळण आणायला जवळच्या पीठ गिरणीवर गेली होती. तासभर झाला तरी ती आली नाही, म्हणून आईने मला बघायला बाहेर पाठविले. मी निघालो. वाटेत आमच्या शेजारचे एक काका बहिणीला घेऊन येताना मला दिसले! हातात दळणाचा भरलेला डब्बा आणि नजर भरकटलेली असा बहिणीचा चेहरा झाला होता!

काका म्हणाले, ''अरे, मी येताना ही गल्लीत अशीच डबा घेऊन उभी राहिलेली

बघितली. हिला विचारल्यावर रडायलाच लागली. 'माझ्या कानातले रिंग काढले कोणी तरी...' असे म्हणत होती. तसाच तिला घेऊन तुमच्याकडे निघालो...''

घरी आईने बहिणीचा चांगलाच समाचार घेतला. नॉर्मल झाल्यावर बहिणीने सारी घटना सांगितली. पीठ गिरणीतून बाहेर पडल्यावर तिला एक भामटा भेटला. गोड-गोड बोलत त्याने 'अगं मुली, तू कानात दागिने घालून बाहेर का पडलीस? कोणी तुला पळवले तर? तू अजून लहान आहेस ना?', असे म्हटले व तिला धीर दिला.

तिला त्याची भुरळ पडली. तिने कानातल्या सोनाच्या रिंगा लगेच काढून त्या लफंग्याच्या हाती ठेवल्या व तिला तेथेच थांबायला सांगून भामटा सटकला. खूप वेळ ती तशीच उभी राहिली डबा हाती घेऊन!

हा प्रसंग जुना असला तरी अजून माझ्या लक्षात राहिलाय.

प्रसंग तिसरा

मुंबईतील वेस्टर्न रेल्वेमार्गांवरचे वर्दळीचे मालाड स्टेशन. आम्ही तिघे मित्र त्या स्टेशनबाहेर भेटणार होतो. दोघे अगोदर येऊन तिसऱ्या मित्राची वाट पाहू लागलो. स्टेशनबाहेर स्टीलच्या मोठ्या रेलिंग्स लावलेल्या आहेत. तिथे बरेच ग्रुप उभे होते. आम्हीही तिथे उभे राहिलो व गप्पा मारू लागलो.

काही वेळाने अचानक एक हसतमुख तरुण आमच्या जवळ आला. माझ्या मित्राच्या खांद्यावर हात मारून त्याने ' अरे, इथे कधी तुम्ही आलात?' असे विचारीत विचारीत आग्रहाने त्याने मित्राला नेले ते नेलेच! इकडे मी मित्राची वेड्यासारखी वाट पाहात राहिलो.

अर्धा तास झाला तरी मित्राचा पत्ता नव्हता, मी इथली जागा सोडूही शकत नव्हतो. इतका वेळ झाला तरी 'त्या' मित्राने या मित्राला अजून सोडले कसे नाही? याचे मला कोडे पडले. आमचा तिसरा मित्रही अजून आला नव्हता.

एक तासानंतर मित्र येऊन माझ्यापाशी येऊन उभा राहिला. त्याला मी, 'इतका वेळ तुम्ही कुठे होतात?' हे विचारल्यावर मित्राने हतबल होऊन सगळी स्टोरी मला ऐकवली.

तो लफंगा मित्राचा कोणी दोस्त वगैरे नव्हता. केवळ बोलण्यात भुरळ घालून दोघांची दोस्ती असल्याचे त्याने भासविले आणि, 'हे सोन्याचे दागिने असल्या ठिकाणी गळ्यात कशाला घालता तुम्ही?', असे सांगून कधी गळ्यातून त्याने सोन्याची चेन काढून घेतली व 'येतो लगेच', असे म्हणून निघून गेला ते मित्राला उमगलेच नाही!

''मी लुटला गेलोय रे... माझी साडेतीन तोळ्यांची जाडी चेन होती रे...'' मित्राप्रमाणे

मलाही शॉक बसला होता. त्याला मी खोटा खोटा धीर देत शांत केले. काही वेळाने आमचा तिसरा मित्र आल्यावर पोलिसात या लुटीची माहिती देऊन आम्ही रीतसर तक्रार केली.

सुदैव म्हणजे पोलिसांनी त्या परिसरात अशा प्रकारे लुटीच्या घटना घडत असल्याचे सांगून बारीक लक्ष ठेवले. काही महिन्यांनंतर एका टोळीला पोलिसांनी पकडले. नंतर मित्राला त्याच्या गेलेल्या सोन्यापैकी काही सोने पोलिसांनी मिळवून दिले.

प्रसंग चौथा

ही अलीकडच्या सहा महिन्यांतली घटना आहे. आमच्या बिल्डिंगमधील एक साठी गाठलेला रहिवाशी काही कामासाठी नेहमीप्रमाणे सकाळी दहा अकराच्या सुमाराला बाहेर पडला. रस्त्यात त्या वेळी तुरळक माणसे होती.

याच्या गळ्यात सोन्याची चेन होती. एक चोरटा त्यांच्यावर पाळत ठेवून होता. मग तो गोड बोलत त्यांचेजवळ आला. गप्पा मारत त्यांच्या बरोबर चालत राहिला. त्यानंतर त्या लफंग्याने बोलण्यात भुरळ घालून या माणसाची सोन्याची चेन काढून घेतली. या गृहस्थाला आपल्या घरी पाऊल टाकेपर्यंत हे समजलेच नाही!

या चार प्रसंगांत एकच लुटीचे तत्त्व वापरले गेले होते, ते म्हणजे माणसाला भुरळ पाडणे, मोहिनी घालणे म्हणजेच संमोहित करणे.

असे लुटीचे प्रसंग तुमच्यापैकी काहींनी अनुभवले असतील. आपल्या अवती भवती असे प्रसंग यापुढेही घडू शकतात. गाफील असलेल्या एकट्या व्यक्तीला संमोहित करून अगदी कमी वेळात त्याच्याकडील जोखमीची, मौल्यवान वस्तू घेऊन पोबारा करण्यात असे गुन्हेगार माहीर असतात.

वास्तविक संमोहन ही चांगली कला आहे. तिचा उपयोग चांगल्या कामासाठी व्हायला हवाय. मात्र तसे घडत नाही. त्याचा दुरुपयोग जास्त होतो.

योगायोगाने मला संमोहनाची ओळख एका स्टेज कार्यक्रमातून झाली. तो 'संमोहन' प्रयोग मला ' अद्भुत ' वाटला. तुम्हाला जर हे अदभुत ज्ञान (माहिती नसेल तर) ज्ञात व्हावे असे मला वाटते...

संमोहन कला : वापर आणि गैरवापर

दादर येथील एका मोठ्या हॉलमध्ये संमोहनाची ओळख व प्रात्यक्षिक प्रयोग, अशा स्वरूपाच्या एका कार्यक्रमाचे आयोजन होत असल्याची जाहिरात मी एका वर्तमानपत्रात वाचली होती.

मनोहर नाईक ही महाराष्ट्रातील सुपरिचित अशी तज्ज्ञ व्यक्ती संमोहन या विषयावर सर्वत्र जाहीर कार्यक्रम करायची. त्यांचाच हा स्टेज शो होता. मी मुद्दाम वेळ काढून मित्र व आईसह त्या कार्यक्रमास हजर राहिलो. हा संमोहन प्रयोग मला आवडला. विशेष म्हणजे तो प्रबोधनपर होता.

स्टेजवर मनोहर नाईक यांनी सुरुवातीला संमोहन हे शास्त्र असल्याचे सांगून त्याची सोप्या शब्दांत ओळख करून दिली. संमोहनाचा गैरवापर का व कसा होतो, त्यामुळे आपले फायदे कोणते होतात, हे शिकण्याचे मार्ग कोणते ते सर्वांना सांगितले. त्यानंतर मुख्य प्रयोगाला त्यांनी सुरुवात केली.

स्टेजवर १२ ते ८० वयापर्यंतचे स्त्री पुरुष यावेत. त्यांचेवर संमोहनाचे प्रयोग केले जातील, मात्र कोणालाही त्याचा त्रास होणार नाही, असे जाहीर आश्वासन मनोहर नाईक यांनी दिले. त्यांच्या आवाहनानंतर ६०-७० जणांची झुंडच्या झुंड स्टेजकडे निघाली!

मग मनोहर नाईक आणि त्यांच्या साहाय्यकांनी मुले, मुली वेगळे उभे केले. त्यांची नजर स्वतःच्या नाकावर स्थिर करून डोळे बंद करण्याच्या त्यांना सूचना दिल्या. साऱ्यांनी तसे केले. सर्वजण एकाच अवस्थेत उभे राहिले आणि ज्यांनी सूचना नीट फॉलो केल्या, ते पूर्णतः संमोहित झाले!

आता संमोहितांना सूचना मिळू लागल्या - 'तुम्ही असे करा, तसे करा...' लगेच सगळे तशी कृती करू लागले!

बसणे, झोपणे, लहान मुलासारखे रांगणे, बोट चोखणे, बोबडे बोलणे, अशी बोलणी आम्ही समक्ष पाहू लागलो! आपण मुली किंवा मुलगा झालो तर? तर कसे वागू-बोलू, म्हातारपणी कसे वागू? याविषयी जशा सूचना मिळायच्या, तसे हावभाव व संवाद स्टेजवरची संमोहित व्यक्ती करत होती!

नाईक यांनी त्यांना आणखी काय काय करायला लावले माहीत आहे?

वक्ता झालात तर भाषण कसे देणार, नाचायचे कसे, भरतनाट्यम् नृत्य कसे कराल, ढोलकी कशी वाजवायची, असे प्रश्न विचारले जायचे व कृतीची सूचना मिळाली की, स्टेजवर तशी दृश्यं संमोहित व्यक्तींकडून सुरू व्हायची!

हा अद्भुत प्रकार माझ्यासह संपूर्ण हॉलमधील प्रेक्षक अवाक होऊन बघत होते. 'पूर्वजन्मातील आठवण काढा' असे म्हटल्यावर स्टेजवर कोणी मनोगत बोलायला लागायचे. आपली मनातली सुप्त इच्छा संमोहितांकडून प्रकट होताना मी प्रत्यक्ष इथे पाहत होतो! आपल्या स्वतःमध्ये संमोहनामुळे कशी ताकद येते, हे मनोहर नाईक यांनी सर्वांना या सामूहिक संमोहन प्रयोगानंतर सांगितले व पुढील प्रयोग सुरू केला.

त्यांनी प्रेक्षकांना जाहीर आवाहन करून स्टेजवर दोन व्यक्तींना बोलावले. त्यापैकी एक व्यक्तीला खुर्चीवर आडवे झोपण्यास सांगण्यात आले. तिच्या डोक्यापाशी एक

खुर्ची, खाली मध्यभागी दुसरी व पायापाशी एक, अशा तीन खुर्च्या ठेवल्या गेल्या. संमोहित झाल्यानंतर ती व्यक्ती लाकडासारखी ताठ झाली!

मग तिच्या खाली ठेवलेली मधली खुर्ची काढून टाकण्यात आली. नंतर दुसरी व्यक्ती त्या आडव्या ताट झालेल्या शरीरावर निर्धास्तपणे उभी राहिली! हे सगळे अद्भुत दृश्य होते.

संमोहन तज्ज्ञ मनोहर नाईक या प्रयोगानंतर म्हणाले, ''बरेच भोंदू साधू, भामटे-लफंगे या संमोहनाचा, व यातून मिळालेल्या ज्ञानाचा गैरवापर करतात, एकाकी लोकांना लुबाडतात. त्यामुळे आपण सदैव सावध राहून स्वतःचे व इतरांचे संरक्षण केले पाहिजे.''

लोकांनी यातून जागृत व्हावे म्हणून मनोहर नाईक यांनी कितीतरी प्रबोधनपर प्रयोग महाराष्ट्रभर करून संमोहनाचे ज्ञान कसे उपयुक्त ठरते, याचा प्रचार केला आहे. याविषयी त्यांची काही पुस्तकेही प्रसिद्ध असून संमोहनाच्या माध्यमातून विविध रुग्णांवर त्यांनी उपचार करून त्यांना बरे केले आहे. संमोहनाचे प्रशिक्षण गरजू लोकांना देऊन त्यांनी मदत-मार्गदर्शनसुद्धा केलेले आहे.

तर स्नेही मंडळींनो, आपण सदैव सावध असावे, इतरांनाही सावध करावे, हेच आवाहन आपणास या निमित्ताने मी करत आहे.

• • •

मित्रांगण – १

गुरुपौर्णिमेच्या निमित्ताने माझ्या मित्राने गुरू म्हणून मला नेमके काय ज्ञान दिले, कोणता सन्मार्ग दाखवला, आणि मी त्यास का वंदन करावे, यांविषयी हा थोडासा संवाद तुमच्याशी...

मित्र, सन्मित्र की गुरू ?

माध्यमिक शाळेत आमचा परिचय झाला व नंतर आम्ही जवळचे मित्र बनलो. हा सवंगडी खूप कष्टाळू, जिद्दी आणि अभ्यासू होता. प्रतिकूल परिस्थितीत त्याने आयुष्याची वाटचाल सुरू केली आणि आज स्वबळावर हा मित्र कुटुंबासह आयुष्यात चांगला स्थिरस्थावर झाला आहे.

स्वतःचे शिक्षण घेताना आर.एस.एस. या राष्ट्रव्यापी संघटनेत दाखल होऊन तो सक्रिय राहिला. त्याला धार्मिक व आध्यात्मिक ग्रंथवाचनाची आवड होती. दासबोध, भगवद्गीता आणि श्रीज्ञानेश्वरी यांविषयी तो माझ्याशी भरभरून बोलायचा.

शालेय शिक्षण संपल्यावर आम्ही दोघेही कॉलेजला जायला लागलो. मात्र परिस्थिती मित्राला अनुकूल नव्हती. पोटासाठी नोकरी आवश्यक असल्याने कॉलेजचे शिक्षण त्याने स्वतःहून थांबवले. सरकारी नोकरीत तो स्थिर झाला. पुढे त्याने कॉलेज शिक्षण नाही घेतले. मात्र धार्मिक अभ्यासाची त्याची ओढ कायम राहिली.

सूर्योपासना व गायत्री मंत्र यांचा तो बारकाईने अभ्यास करू लागला. घरातील नेहमीचे धार्मिक विधी-पूजा, उपासना, आराधना, जप-तप यांबाबत बरीच माहिती त्याला होती. या मित्राला गूढविद्याही अवगत झाली होती. मी त्याच्या सहवासात जास्त काळ राहिल्याने काही विलक्षण निरीक्षणे मला अनुभवायला मिळाली.

आपली नोकरी सांभाळत या क्षेत्रातल्या जवळपास दहाहून अधिक अनुभवी व्यक्तींशी संपर्क ठेवून तो ज्ञान मिळवत राहिला. गूढविद्या देणाऱ्या सगळ्यांना तो आपले

गुरू मानायचा! 'आपण मिळविलेले हे धार्मिक क्षेत्रातले ज्ञान बहुमोल आहे. त्यातील किमान प्राथमिक ज्ञान इतरांना मिळायला हवे, ज्याचा त्यांना आयुष्यात चांगला उपयोग करता येईल,' असे त्याचे म्हणणे होते.

संघाच्या एका मान्यवर वरिष्ठ पदाधिकाऱ्याकडे या मित्राने याविषयी सल्ला मागितला. त्यांना आम्ही 'तात्या' म्हणत असू. खरे तर, तात्याच त्याचे आद्य गुरू होते! रेल्वेतून रिटायर्ड झालेली ही व्यक्ती खूप ज्ञानी अन् शिस्तबद्ध होती. तात्यांचा विशेष जीव होता माझ्या मित्रावर. त्यांनी योगी चांगदेवांवर एक पुस्तकदेखील लिहिले होते. ते स्वभावाने मोकळे, पण स्पष्टवक्ते होते.

प्रसंगी त्यांनी मित्राच्या बऱ्याच चुका दाखवून त्याची बोलती बंद केली होती. तात्या आता हयात नाहीत. पण त्या दोघांचे झालेले बरेच वाद माझ्या समोर झालेत, म्हणून हे विस्ताराने सांगत आहे.

'सर्वांना शक्ती आणि बळ देणारा गायत्री मंत्र आहे. तू त्याचा नीट अभ्यास कर, या मंत्राची सध्याच्या काळात लोकांना बळ मिळण्याकरिता खूप जरुरी आहे. हे त्यांना पटवून दे. हे तुझे एकट्याचे काम नव्हे, समूहाचे काम आहे,' असे तात्यांनी एकदा मित्रास सांगितले. मग गायत्री परिवाराची संकल्पना मित्राने परिचितांपुढे मांडली. त्यानंतर 'गायत्री परिवारा'ची निर्मिती झाली. गायत्री मंत्राचे योग्य शब्दोच्चार-अर्थ-नियम, इतर मंत्रजप कोणते, होमहवन-यज्ञ, आहुती इत्यादी विषयींची माहिती हा मित्र आपल्या साधकांना देऊ लागला. निसर्गरम्य ठिकाणी अभ्यास शिबिरे आयोजित होऊ लागली. गायत्री परिवार वाढत राहिला. साधक ज्ञान घेऊ लागले. आज हा गायत्री परिवार मोठा झालाय. मी मात्र या परिवारात माझ्या व्यापांमुळे त्यात सक्रीय राहिलेलो नाही.

माझी देवावर असलेली श्रद्धा या मित्रामुळे वाढलीय खरी, पण ती आंधळी झाली नाही. संकट-आपत्तीमध्ये आपण भावनावश न होता आत्मविश्वासाने पुढे कसे जावे, याचे धडे मला या मित्राने दिले आहेत. एकाकी अवस्थेत असताना मला वेळोवेळी सावरलेदेखील आहे. या परममित्राचे शिष्यत्व मी स्वीकारले असले, तरी प्रसंगी न पटणाऱ्या विषयांवर त्याच्याशी वादसुद्धा घातलेले आहेत. महत्त्वाचे म्हणजे, या गुरूकडून मी घेतलेल्या ज्ञानातील मला 'योग्य' वाटणारे ज्ञानच मी आत्मसात करण्याचे प्रामाणिक प्रयत्न केले आहेत.

अशा या गुरूरूपी सन्मित्रास माझे त्रिवार वंदन आहे.

• • •

मित्रांगण – २

माझ्या मित्रांगणातील काही जण भारतीय सैन्यदलामध्ये कार्यरत आहेत, तर काही मित्र यशस्वीपणे देशसेवा करून निवृत्त झाले आहेत. आपल्या भारत देशाचे अहोरात्र रक्षण करणाऱ्या सर्व सैनिकांसह मी माझ्या या सैनिक मित्रांना या वर्षींच्या प्रजासत्ताक दिनी त्रिवार सलाम करत आहे.

माझा एक तरुण मित्र हवाई दलात चेन्नई येथे मोठा अधिकारी म्हणून देशसेवा करत आहे. मी ठरवले की, त्याच्याशी देशसेवेबद्दल आणि इतर सर्वसाधारण विषयांवर मनमोकळ्या गप्पा मारायच्या. त्याप्रमाणे मी माझ्या मित्रासमवेत काही गप्पागोष्टी केल्यात.

या गप्पागोष्टींचा सारांश मी तुमच्यापुढे सादर करत आहे :

सुसंवाद - वायुसेना जवानाशी

तुझा आवडता छंद कोणता ?

टीव्हीवरील बातम्या पाहणे (राजनीती, व्यापार, परराष्ट्र व्यवहार, सैन्य या संदर्भांतील). मला बुद्धिबळ खेळणे व पोहणे आवडते. मी पुस्तकेही वाचतो, विशेषतः स्टोरीज आणि थ्रिलर्स. ऐतिहासिक पुस्तकांचे वाचनही केले आहे. (राधेय, कौंतेय, स्वामी, मृत्युंजय, वि. दा. सावरकर, इंडिपेंडन्स वॉर व फ्रीडम फायटर्स इत्यादी) तसेच फिल्ड मार्शल सॅम माणेकशॉ यांचे आत्मकथनपर पुस्तक मी वाचले आहे.

तू भारतीय हवाई दलात जाण्याआधी पूर्ण केलेले आणि आताचे शिक्षण याची माहिती देशील ?

तेव्हा बारावी उत्तीर्ण होतो. आता मी ग्रॅज्युएट (बी.कॉम.) आहे.

घरच्या माणसांचा सपोर्ट तुला कसा होता ?

सुरुवातीपासून भरपूर सपोर्ट होता. देशसेवेमुळे घरच्यांची प्रत्यक्ष भेट वर्षातून एकदोनदा व्हायची. आताही तसेच आहे. मोठ्या भावाने घरच्यांकडे, आईवडिलांकडे लक्ष दिल्याने मला दबावाविना देशसेवा करता आली आहे.

रुजू होताना कुठले पद होते ? आता तुला कोणते पद आहे ? सुरुवातीचे प्रशिक्षण व कालावधी कसा होता ?

नियुक्तीच्या वेळी मी हवाई सैनिक (Airman) होतो. आता वॉरंट ऑफिसरपदी आहे. या सेवेमध्ये प्रशिक्षण कालावधी हा साधारणतः एक-दोन वर्षे असतो. मात्र कार्यानुसार हा कालावधी वेगवेगळा असतो. दलातील सेवेसाठी आवश्यकतेनुसार टेक्निशियन, एक्झिक्युटिव्ह/प्रशासक तयार केले जातात.

तसेच, नैसर्गिक आपत्ती जेव्हा राज्य प्रशासनाच्या हाताबाहेर जाते, त्या वेळी सुरक्षा व्यवस्थेसाठी डिफेन्सला बोलावतात. पण सैन्याने कधी सिव्हिल प्रशासनाला मदतीस बोलावल्याचे तुम्ही ऐकले आहे का ? सैन्यदल नेहमी स्वयंपूर्ण राहते. जणू एक अख्खे विश्वच असते इथे !

सैन्यदलामध्ये तुला का जावेसे वाटले ? आणि हवाई दलातच का प्रवेश घ्यावासा वाटला ?

यापेक्षा निर्भय/निर्भेळ देशसेवेचा मार्ग माझ्या दृष्टिपथात आलाच नाही.

प्रमोशन किती वेळा मिळाले तुला ?

पाच वेळा प्रमोशन्स मिळाली आहेत मला. थोडे कठीण आहे ते. मात्र तुमचा दृष्टिकोन आणि मेहनत तुम्हाला लवकर प्रमोशन मिळवून देऊ शकते.

तू किती राज्ये पाहिलीस आतापर्यंत ?

नऊ राज्ये पाहिली आहेत.

किती सीमांवर सेवा बजावली आहेस ?

सहा राष्ट्रीय सीमांवर. दोन सीमांवर दोन-दोन वेळा सेवा बजावलीय मी.

हिमालयाच्या सान्निध्यात कधी सेवा बजावलीस ?

होय, अगदी 'एल.ओ.सी.'पर्यंत. 'एल.ए.सी.'पर्यंतही मी सेवा बजावली आहे.

तुझ्या देशसेवेतले कसोटीचे क्षण कोणते ते सांगशील?

'एल.ओ.सी.'वर दोन वर्षे आणि 'एल.ए.सी.'वर दीड महिना, अशा प्रत्यक्ष सेवा केल्या. कारगिल, अंजार येथील भूकंप व त्सुनामी आपत्ती दरम्यान अप्रत्यक्ष सेवा केली आहे. हे अनुभव मला उपयोगी ठरलेत.

दूर फिल्डवर असताना आपल्या कुटुंबाची आठवण आल्यावर तुझी मानसिक स्थिती कशी असते?

कौटुंबिक आयुष्य सुरळीत ठेवणे बऱ्याचदा कठीण होते. पत्नी किंवा कुटुंबाला बऱ्याच गोष्टी आपल्याविना स्वतः हाताळाव्या लागतात. कुटुंबापासून दूर असताना आठवण येतेच. पण कर्तव्याचे श्रेष्ठत्व त्या मरगळीवर बलवत्तर ठरते. खूप कठीण प्रसंगांना सामोरे जावे लागते, कारण आमची कुठेही एकदोन महिन्यांसाठी नियुक्ती होत असते. मात्र, फिल्डवर इतर गोष्टींचा विचार करायला वेळ क्वचित मिळतो. शिवाय, संचार उपकरणांवरही कित्येकदा बंदी असते.

६ जानेवारी व १५ ऑगस्ट या 'विशेष' दिवशी कसा दिनक्रम असतो?

या दोन्ही दिवशी संचलनानंतर ध्वजारोहण व ध्वजवंदनाचे कार्यक्रम साजरे होतात. संचलन राष्ट्रीय पातळीवर दिल्लीमध्ये होते, हवाई प्रात्यक्षिके होतात. एअर फोर्स स्टेशनमध्ये ध्वजारोहण व ध्वजवंदनाचा कार्यक्रम साजरा होतो. दुपारी लंच सेलिब्रेशन (बडा खाना) जल्लोषात होते.

फिल्डवर असताना कामाचा ताण हलका करण्याचा उपाय कोणता?

फिल्डवरदेखील खेळ खेळले जातात. मॅगेझिन्सचे वाचन होते. चित्रपट पाहायचीही सोय असते. कोणी गाणी म्हणतात, तर कोणी वाद्ये वाजवतात.

कितीतरी शस्त्रे-गन्स-मिसाइल्सची ओळख झाली असेल तुला. ती हाताळलीही असशील तू. मग त्यांपैकी कोणते शस्त्र, सामग्री आवडते व जास्त प्रभावी वाटते तुला?

ग्लॉक पिस्तुल आणि लाईट मशीनगन.

युद्धकाळ सोडला, तर इतर वेळी सुट्टी सहज मिळते का? त्यासाठी अगोदर परवानगी आवश्यक असते का?

सुट्टीसाठी आधी परवानगी घ्यावी लागते. सुट्टी मिळणे हे टास्कवर अवलंबून असते. साठ व तीस दिवसांची सुट्टी असते. पण प्रत्येक वेळी सुट्टी मिळतेच असे नाही. तरीही आपल्या आवश्यकतेनुसार सुट्टी मिळते.

तुला नवीन तरुणांना काय सांगावेसे वाटते?

आपल्या सैन्यदलात सिव्हिलिअन्सना कॉम्रेडशिप शिकवली जाते. शिस्त अंगी बाणवली जाते. आचरणाचे शिष्टाचार शिकविले जातात. त्यामुळे व्यक्तिमत्त्व विकसित होते. वाक्चातुर्य अंगी येते. म्हणूनच संरक्षण विभागातील जवानांची आम जनतेमध्ये एक वेगळी ओळख असते. कोणत्याही परिस्थितीला सामोरे जाण्याची तयारी होते, सांघिक भावना अंगी येते, या साऱ्यामुळे आपली हिंमत वाढते. टीम स्पिरिटसुद्धा अंगी येते.

सिव्हिलियन्समध्ये तुला कोण जवळचे आणि 'आपलेसे' वाटतात?

शास्त्रज्ञ, शेतकरी, समाजसेवक, कलावंत, मजूर-श्रमिक आणि तरुण वर्ग. हे सर्व घटक सुदृढ समाज उभारणीस कारणीभूत होऊ शकतात. शिवाय आपला परिवार व मित्रगण हे जीवनाचा अविभाज्य भाग आहेत. हे सारेच आपले वाटतात.

याशिवाय तुला अजून काही सांगावेसे वाटतेय का?

होय, सांगायचे आहे... युवकांनी जरूर भारतीय सैन्यात प्रवेश घ्यावा. वेळेचे, पैशांचे व्यवस्थापन, आपत्कालीन व्यवस्थापन कौशल्ये त्यांना कोठेही शिकता येतील. मात्र ती आत्मसात करणे फक्त सैन्यातच होऊ शकते. म्हणून तरुणांनी सैन्यात अवश्य दाखल व्हावे आणि चांगल्या संधीचा लाभ घेऊन देशसेवा करावी.

जय हिंद

•••

थिएटरमध्ये

एका मराठी टीव्ही वाहिनीवर सध्या एक मालिका सुरू झाली आहे. ती अधूनमधून पाहताना मला एका मराठी नाटकाची आठवण झाली. आम्ही ते १९९६मध्ये पाहिले होते. त्या नाटकाचे नाव होते 'कुसुम मनोहर लेले'.

चतुर व लबाड विधुर तरुणाकडून फसवणूक झालेल्या एका तरुण महिलेची नंतर किती फरफट होते, हे दाखवणारे ते नाटक आज आठवले, तरी मनी अस्वस्थता येते. इतकी लबाड माणसे जगात असतात? स्वार्थासाठी एवढी खालची पातळी ती गाठू शकतात?

हे सगळे भयंकर आहे.

मला या गंभीर विषयावरील नाटकाचे कथानक तुम्हाला सांगायचे आहे, तुम्हीही अस्वस्थ व्हाल...

कुसुम मनोहर लेले

दिग्दर्शक : विनय आपटे

लेखन : अशोक समेळ.

कलावंत : सुकन्या कुलकर्णी, संजय मोने, गिरीश ओक, मंदा देसाई, व बाळ कर्वे.

हे मराठी नाटक नाटककाराने सत्य घटनेवर लिहिलेले आहे.

एका विवाहसंस्थेमार्फत विधुर तरुण मनोहर लेले आणि सुजाता (नंतरची कुसुम) नावाच्या तरुणीचे लग्न जमते. ते दोघे फिरतात आणि एका भेटीत ती तरुणी त्याला शरीर देऊन बसते. नंतर तिची प्रेग्नन्सी जवळ येते. तिचा भावी पती मनोहर लेले कुसुमला धीर देतो. तिला पुण्याहून दूर औंधला बाळंतपणासाठी आणून ठेवतो. कुसुम बाळंत होते. तिला मुलगा होतो. दोघेही आनंदी होतात. लहान मुलासह दोघे नवीन घरी येतात. घरी चांगले

वातावरण आहे. तिच्या सेवेला एक मोलकरीण सदैव हजर असते. ही मोलकरीण लहान बाळाची व तिची चांगली काळजी घेते.

एके दिवशी मात्र किरकोळ विषयावरून वाद होतो आणि कुसुमला चक्क घराबाहेर काढले जाते, तेही मूल तिच्याकडून हिसकावून घेऊन! तेव्हा कुसुम वेडीपिशी होते. गयावया करते, रडते. पण दोघे ढिम्म असतात! घरातील मोलकरीण मनोहर लेलेची लग्नाची पत्नी असते! मूल होत नाही म्हणून त्या दोघा पती-पत्नींनी हा घाणेरडा प्लॅन अगोदरच रचलेला असतो!

फसलेली कुसुम हतबल होऊन मानसिकरीत्या कोसळते. विवाह मंडळाच्या संचालिकेस हे कळल्यावर तीदेखील दुःखी होते. मग ते महिला मंडळामार्फत कायदेशीर मार्गानि प्रयत्न सुरू करतात. पण लबाड मनोहर लेलेने अगदी पद्धतशीरपणे एकही पुरावा बाकी ठेवलेला नसतो!

या सर्व घटनांकडे लक्ष ठेवणारा, विवाह संस्थेच्या संचालिकेचा सज्जन नवरा एक बेत ठरवतो. भालचंद्र खोटे नावाचा उडाणटप्पू तरुण आहे. तो स्वतःचे लग्न जमवण्यासाठी यांच्या संस्थेकडे वारंवार येत-जात असतो. संचालिकेचा नवरा भालचंद्रला विश्वासात घेऊन सगळी घटना सांगतो. असेही सांगतो की, 'त्या तरुणीचे मूल तू मिळवून दे, तुझे लग्न आम्ही संस्थेमार्फत नक्की जुळवून देऊ.' भालचंद्राला हे आश्वासन मिळाल्यावर तो चॅलेंज अंगावर घेतो!

पोलीस इन्स्पेक्टरच्या वेशात भालचंद्र एकदा लेलेच्या घरी टपकतो. मनोहर लेलेला जाब विचारतो. लेलेची घाबरगुंडी उडते! पण अजीजीने तो, 'मी सगळे काही कायदेशीरपणे केलेय हो, मी गुन्हेगार नाही' असे इन्स्पेक्टरला साळसूदपणे सांगतो. भालचंद्रचा (इन्स्पेक्टरचा) नाईलाज होतो. तो तसाच परततो.

मग गुंड बनून भालचंद्र चाकूच्या जोरावर लेलेच्या घरी धडकतो! त्याला शेवटचा इंगा दाखवतो. तेव्हा, काही उपायच नसल्याने मनोहर लेले त्या लहान मुलाला परत करतो.

हे मूल परत सुजाताच्या (कुसुमच्या) ताब्यात देण्याचे वेळी तिला उमगते की, भालचंद्र दुसरा-तिसरा कोणी नसून तिचा पहिला पती सदानंदच आहे. त्याच्या दारुडेपणामुळे सुजाताने घटस्फोट घेतलेला असतो. नंतर पश्चाताप झालेला सदानंद सुजाताचा शोध घेतो. आपल्यामुळे उद्ध्वस्त झालेल्या सुजाताचे आयुष्य पुन्हा विस्कटू नये, म्हणून या मागनि तो सुजाताच्या मदतीला येतो. अखेर सुजाता आणि सदानंद यांचा समेट होतो.

प्रेक्षक हे नाटक बघून अस्वस्थ होतात. नाटक संपल्यावर प्रेक्षकांना सत्य स्थितीच्या स्लाईड्स दाखविल्या जातात. ते सत्य पाहून थिएटरबाहेर पडणारा प्रेक्षक अधिक अस्वस्थ होतो.

पुण्यात प्रत्यक्ष घडलेल्या या हकिकतीचा शेवट नाटकात खरा दाखविलेला नाही. नाटकातील शेवट सुखान्त आहे. वास्तवात ती तरुणी भ्रमिष्टावस्थेत वध्र्याच्या आश्रमात राहत होती. पुष्कळ संस्थांनी व व्यक्तींनी प्रयत्न करूनदेखील मनोहर लेलेला धडा मिळाला नाही. तो सहीसलामत त्या मुलासह सुखाने वावरतोय. आता तो मुलगा मोठा झाला असल्याने त्याला स्वतःचा भूतकाळ माहीतही नसेल.

थिएटरमधून बाहेर पडताना डोक्यात झिणझिण्या येत असतात. चांगली वाटणारी माणसे इतकी स्वार्थी असतात? ती इतक्या थराला जातात? असे प्रश्न मनात वारंवार येत राहतात.

हे नाटक वास्तवता दाखवते आणि माणसातील खालची पातळीही पुढे आणते.

•••

निसर्गायण

राज्यभरातील निसर्गप्रेमी आणि साहसी गिरिमित्र दरवर्षी 'गिरिमित्र संमेलना'च्या निमित्ताने मुंबईत एकत्र येतात. विविध संस्थात्मक चळवळींच्या माहितीची देवाणघेवाण या संमेलनात होते. निसर्गप्रेमापोटी सर्वस्व झोकून देणारे कित्येक रथी-महारथी या संमेलनात भेटतात. सुसंवाद घडतो. नवनवीन योजना व संकल्प समजतात. त्यातून साहस, भटकंती आणि निसर्गसंवर्धनाची प्रेरणा मिळते.

अशाच एका वर्षींच्या गिरिमित्र संमेलनात 'सह्याद्री निसर्ग मित्र' या चिपळूणच्या संस्थेचा परिचय झाला. ही संस्था प्रामुख्याने रानावनातील गिधाडे, भारतीय पाकोळ्या, सागरी गरुड, कासवे आणि खवले मांजर अशा वन्यजीवांची काळजी घेते. त्यांचे रक्षण व्हावे, त्याचप्रमाणे दुर्मीळ ठरलेल्या अशा वन्य प्रजाती वाढाव्यात, म्हणून 'सह्याद्री निसर्ग मित्र' प्रामाणिकपणे प्रयत्न करत आहे. या कार्याव्यतिरिक्त या संस्थेने इ-मॉमल (म्हणजे अद्ययावत तंत्राद्वारे प्राण्यांची निरीक्षणे व अभ्यास), मधमाशी पालन, माझं जंगल-संवर्धन, नेत्रदान इत्यादी चांगले प्रकल्प राबवले आहेत.

भाऊ काटदरे ही कलंदर व्यक्ती 'सह्याद्री निसर्ग मित्र'ची संस्थापक. भाऊ व त्याच्या सवंगड्यांनी दुर्मीळ कासवांची होणारी चोरटी शिकार व व्यापार थांबवण्यासाठी अथक प्रयत्न केले आहेत व करत आहेत. या संस्थेचा गौरव गिरिमित्र संमेलनात झाला.

खवले मांजर हा दुर्मीळ वन्यजीव वाचविण्यासाठी धडपडणाऱ्या 'सह्याद्री निसर्ग मित्र'च्या कार्याचा व खवले मांजराचा अल्पसा परिचय मी इथे करून देत आहे...

खवले मांजर (Indian Pangolin)

आकार व रूप मुंगुसासारखे असणारा हा वन्य प्राणी गरीब स्वभावाचा असून त्याला अंगावर, पाठीवर सर्वत्र खवले असतात. बंदुकीच्या गोळीलाही सहज दाद देणार नाही अशा खवल्यांमुळे याला 'खवले मांजर' हे नाव मिळाले असले, तरी आपल्या मांजराशी त्याच्या काहीही संबंध नाही. जगात आफ्रिकेत व आशियात याचे अस्तित्व आढळते. भारतामध्ये उत्तर प्रदेशातील व कोकणातील रानांत, जंगलामध्ये ही खवले मांजरं आहेत. यांची चोरटी शिकार होते. आंतरराष्ट्रीय स्तरावर व्यापारही होतो; कारण या प्राण्याचे खवले म्हणे औषधी आहेत! याला मारून खातात. कारण हे चविष्ट मांसात्र आहे!

हा प्राणी बीळ तयार करून त्यात आपल्या पिल्लांसह राहातो. मुंग्या, मुंगळे आणि वाळवी या प्राण्याचे प्रमुख खाद्य. आपल्या एक ते दीड फूट लांबीच्या जिभेने तो अन्न (म्हणजे भक्ष्य) प्राशन करतो. या सस्तन प्राण्याला दात नाहीत. माणसाला किंवा अन्य प्राण्यांना कोणत्याही प्रकारची इजा न करणारा हा प्राणी जगभर चोरट्या शिकारीचा, व्यवहाराचा बळी ठरला आहे.

अशा बिकट परिस्थितीत *सह्याद्री निसर्ग मित्र* ही संस्था खवले मांजर वाचवण्यासाठी पुढे झालीय. 'UICN' या आंतरराष्ट्रीय संस्थेने हा निरुपद्रवी वन्य प्राणी *दुर्मीळ आणि संरक्षित* असल्याचे जाहीर केले आहे. महाराष्ट्र राज्याच्या वनविभागाने भाऊ काटदरे आणि सह्याद्री निसर्ग मित्र संस्थेच्या परिवारास शासकीय बळ दिले आहे. मात्र स्थानिक ग्रामवासी आणि शालेय विद्यार्थी खवले मांजराच्या संरक्षण-संवर्धनाविषयी दक्ष आणि सक्रिय व्हावेत, म्हणून हा परिवार सध्या कार्यरत आहे.

सह्याद्री निसर्ग मित्र संस्थेचे हे सत्कार्य असेच वाढत राहो आणि बलवंत होवो, ही सदिच्छा...

• • •

भटकंती मनसोक्त

२०२१

आपल्या महाराष्ट्रात नाशिक परिसर हा वर्षभर हिरवाईने भरलेल्या डोंगरदऱ्यांच्या सान्निध्यातील थंडगार परिसर म्हणून परिचित आहे. आम्हा डोंगरवेड्यांची भटकंती नाशिक, मनमाड, सटाणा परिसरात उत्साहात सुरू असते. आतिथ्यशील गावकरी व सुलभ वाहतूक हे इथले वैशिष्ट्य. त्या परिसरातील दुर्गम किल्ले, गुंफा, लेणी व प्राचीन तीर्थक्षेत्रे सर्वांनाच खुणावतात.

याच परिसरात एका मित्रासह केलेली मनसोक्त भटकंती या क्षणी आठवत आहे...

ब्रह्मगिरी-पहणाई-अंजनेरी

या ट्रेकला फक्त नाना सोबत होता. दोघे वसईमार्गे नाशिकला सकाळी सातच्या जळगाव बसने निघालो. ढगाळ वातावरण होते. काही काळ रिमझिम पाऊसही पडला. दुपारी साडेबाराला नाशिकला पोहोचल्यावर लोकल बस डेपो गाठला. तिथे बस पकडून त्र्यंबकला आलो. निवांतपणे देवदर्शन केले व पुढे निघालो. कुशावर्त आणि संत निवृत्तिनाथांच्या समाधीस्थळाचेही दर्शन घेतले.

त्र्यंबकेश्वरहून गंगाद्वार मार्गे दोघे ब्रह्मगिरीकडे निघालो. चढणीच्या वाटा होत्या. त्या वाटा सोडून आम्ही डोंगरवाटेने चढायला लागलो. गंगाद्वारच्या थोडे अलीकडे एक गावकरी भेटला. त्याने सहज चौकशी केली. त्याने सांगितले की, 'हा डोंगर तुम्ही पार करा, वर ब्रह्मगिरी डोंगर दिसेलच तुम्हाला. गंगाद्वारच्या अलीकडे डाव्या बाजूस जाणारी पायवाट ब्रह्मगिरीकडे जाते.' आम्ही त्याप्रमाणे पुढे निघालो. आपण यापूर्वी, म्हणजे लहानपणी नानी आजीबरोबर गंगाद्वारला आलो होतो, याची आठवण झाली.

पर्यटकांची जास्त वर्दळ गंगाद्वारकडे होती. ब्रह्मगिरीकडे तुरळक माणसे जात-येत होती. सरळ वाटेने काही वेळ चालल्यानंतर दगडी बांधकाम केलेली एक मजल्याची

भक्कम वास्तू दिसते, तिथे शिरलो. आवडले हे ठिकाण. मुक्कामास एकदम योग्य! सुट्टीची वर्दळ सोडली, तर एरवी हे ठिकाण शांत-निवांत वाटेल, असे होते. पाणी येथे असलेच पाहिजे. जवळपास फिरल्यावर छान बांधीव तळे दिसले. पण तळ्यातील पाणी पाहून नर्व्हस झालो. हे पाणी वापरात नाही. त्यामुळे ते अस्वच्छ वाटले.

तिथून पुढे निघालो. काही वेळाने पायऱ्या सुरू झाल्या. त्यांनी दमछाक केली. इतकी, की थोडा वेळ गेला की थांबावे, असे झाले! रडतखडत दोघांनी चढण पार केली. काहीसे वर पोहोचल्यावर पाहिले, की अजून काही चढाई आहे. दमलो होतो. पण थांबलो नाही.

ब्रह्मगिरी पर्वतावर पाऊल ठेवल्यावर मात्र दोघांचा शिणवटा पार निघून गेला! तेथल्या हवेचा झोका आमचे स्वागत करू लागला! उंचावरून चहूकडे दिसणारी हिरवाई व दूरवरच्या डोंगररांगा आमच्याकडे कौतुकाने पाहत होत्या!

या मनोहर पर्वतावर उत्तर दिशेस एक प्राचीन व जुने मंदिर आहे. ब्रह्मगिरीचे हे देवालय. आतमध्ये चारही बाजूला वाडे पद्धतीचे देव स्थानापन्न आहेत.

तेथील पुजारी निघायच्या तयारीत होते. एक स्थानिक तरुण छोट्या टोपलीतील फुले घेण्याचा आग्रह करू लागला. ती फुले घेतली व देवदर्शनास गेलो. पुजारी उत्साहात मंत्र म्हणू लागले. देवाला फुले वाहिली, पाया पडलो. पण पुजारीबुवांचे मंत्रपठण वाढायला लागले तसा सावध झालो. कारण त्र्यंबकेश्वर तीर्थक्षेत्री पाऊल ठेवल्यापासून हे पुजारी नवख्या लोकांच्या मागेमागे लागून धार्मिक विधी-अभिषेक कार्य करण्याचा खूप आग्रह धरतात, हे अनुभवले होते.

'गोत्र कोणते तुमचे?' हे विचारल्यावर त्यांना सांगितले, 'अहो, फक्त देवदर्शन घ्यायला आलोय आम्ही इथे.' हे ऐकल्यावर ते थोडे ओशाळले. 'बरं, बरं' असे म्हणून त्यांनी एक मंत्र पुटपुटला व म्हणाले, 'ठेवा आता काय दक्षिणा ठेवायची ती...' त्याप्रमाणे दक्षिणा ठेवली, देवाला पुन्हा नमस्कार केला आणि बाहेर येऊन जवळपासच्या देवदेवतांनाही फुले अर्पण केली.

समोरच्या देवालयात एक पुजारी होता. तिथेही नमस्कार केला, दक्षिणा ठेवली व देवदर्शन पूर्ण केले. या ठिकाणी बाहेरील बाजूला पाण्याचे सुंदर, पण छोटे कुंड आहे. तेथील पाणी प्यायलो.

दरम्यान, नानाने हरिहर किल्ल्याकडे जाणाऱ्या वाटेची माहिती विचारून घेतली. 'पुन्हा गंगाद्वारपर्यंत जाऊन तळेगाव व नंतर कलंबुस्ते मार्गे हरिहरकडे जा,' असे एका पुजाऱ्याने सुचवले. आम्हाला महाद्वाराची वाटही शोधायची होती, कारण तिकडून हरिहर किल्ल्याच्या अलीकडे असणारे एक छोटे गाव आहे. संध्याकाळ होण्यापूर्वी तिकडे जायला हवे होते. आम्ही ब्रह्मगिरी दुसऱ्या वाटेने उतरू लागलो.

काही वेळाने बुरुज व महाद्वाराचे पडके अवशेष दिसले. उतार वाटेचा काही भाग निसरडा व धोकादायक वाटला, म्हणून काळजी घेत पुढे निघालो. संध्याकाळचा अंधार कधीही येणार होता. वेळ न घालवता दोघेही उताराच्या सुरक्षित वाटेवर आलो.

पुढे एक वस्ती लागली. तिचे नाव मेट. तेथील माणसे जवळ येऊन चौकशी करायला लागली. 'हरिहर किल्ल्याच्या दिशेने जायचंय' म्हटल्यावर ते म्हणाले, 'हरिहर आता होणार नाही तुम्हाला. अंधार होतोय बघा. तुम्ही जवळच्या धोंडोशी गावी जा. रात्री तिथे राहा. उद्या हरिहरचा किल्ला करा.' त्यांचे म्हणणे बरोबर होते.

हरिहर पश्चिम दिशेला, तर पूर्वेकडे अंजनेरीचा किल्ला दिसत होता. मग आम्ही आमच्या कार्यक्रमात थोडा बदल केला. हरिहर माझा पूर्वी झालेला होता. नानाने मला सुचवले की, 'आपण अंजनेरीला जाऊ या, कारण इथून ते सोयीचे ठरेल.'

'अंजनेरीच्या दक्षिण दिशेस दिसणारा पहणाई डोंगर आहे. तुम्ही त्या बाजूलाच जा. इथून दिसतेय ते पहणाई गाव. तिथे वस्ती करा आज. असेच खाली उतरा. मग सडकेला लागा. थोडं चालल्यावर पहणाई गाव दिसेल बघा,' अशी व्यवस्थित माहिती मेटच्या गावकऱ्यांनी दिली.

अंधार पडल्याने लगबगीने खाली उतरू लागलो. अधेमध्ये वाट चुकलोही! पण एकदाचे खाली सडकेला पोहोचलो. रस्ता चालत असताना अगोदर एक वस्ती लागली. तिचे नाव *भिल माळ*. तेथील आश्रमशाळेच्या मुलांनी सांगितले की, 'थोडे पुढे जा. रस्त्यावर काही अंतराने ते गाव लागेल तुम्हाला.' निमूटपणे दोघेही पुढे निघालो. वस्तीचे गाव काही जवळ येत नव्हते.

काही वेळाने मागून येणारे दोन तर्र दारू ढोसलेले तरुण दिसले. त्यांना आग्रह करून थांबवले व विचारणा करायला सुरुवात केली. बिचारे आम्हाला माहिती देऊ लागले, पण नशेमुळे त्यांचे शब्द काही आम्हाला समजेनात! त्यांचा नाद सोडला आणि पुढे निघालो.

काही वेळातच पहणाई गाव लागले. वस्तीची घरे दिसायला लागली. खूप हलके वाटले त्यामुळे. दहाबारा घरे असावीत. आम्हाला बघून काही गावकरी आवर्जून पुढे आले. आमची चौकशी त्यांनी केली. विचारपूस संपल्यावर आम्ही त्यांना, 'गावातले देऊळ दाखवा, तिथे थांबू आम्ही,' अशी विनंती केली. त्यावर एक जण बोलला, 'अहो, त्या अंधारात रात्रीचे कशाला राहताय? तुम्ही आमच्याकडे चला बघू.'

त्यांनी फार आग्रह केला तेव्हा निघालो. सारी गावकरी मंडळी खूप आतिथ्यशील होती. आमचा छान पाहुणचार झाला. जेवू घातले. गप्पागोष्टी केल्या. अंथरूण-पांघरुणाचीही त्यांनी सोय केली.

दिवसभराच्या चालण्याने दोघे दमलो होतो त्यामुळे रात्री गाढ झोपलो. नानाने दुसऱ्या दिवशी सकाळी सहाच्या सुमाराला उठवले, तेव्हा मला जाग आली! सकाळी

सारे आवरून आम्ही त्या भल्या गावकरी बंधूंचा निरोप घेतला व सातला अंजनेरीच्या दिशेने निघालो. परत याच वाटेने येऊन, दुसऱ्या वाटेने खाली उतरून इगतपुरीकडे व तिथून मुंबईस जायचे ठरले होते.

अंजनेरीची वाट चांगली मळलेली आहे. बराच वेळ चालल्यानंतर चढण लागण्यापूर्वी एक छोटी कोरडी नदी लागते, ती ओलांडून पुढे गेल्यावर आमच्याकडून कुठेतरी मुख्य वाट चुकली. मग तसेच अंदाजाने पुसट वाटेने चढत राहिलो. हे काही खरे नव्हते. पुढे रॉकपॅचची वाट दिसली, ती पकडली व क्लाइंबिंग केले. त्यापुढे मोठमोठाले खडक लागले. जपून सावधतेने ते पार केले. मग बऱ्याच वेळाने आम्हाला मुख्य वाट सापडली. नंतर पुन्हा चढण करत वरची सोंड गाठली. आता काही वेळानंतर किल्ला लागेल असे वाटले खरे, पण एक चढण संपली की दुसरी, नंतर तिसरी, असे चालले होते!

एकदाचे माथ्यावर आलो. दूरवर एका टोकाला भगवा झेंडा दिसला. ते अंजनाईचे मंदिर. थोडे चालल्यानंतर मंदिरापाशी पोहोचलो. तिथे दोघा व्यक्तींना पाहिले. खालच्या अंजनेरी गावातले ते मुख्याध्यापक जोंधळे सर होते. दुसरा एक स्थानिक तरुण होता. मग आमच्या गप्पा सुरू झाल्या. त्या ठिकाणी थोडी विश्रांती घेतली. थोडे खाल्ले त्यामुळे फ्रेश झालो.

'तुम्ही आलात ती वाट खूप वेळाची आहे. ही आमची वाट सोपी व लवकर खाली अंजनेरीकडे नेते.' त्या दोघांनी दिलेल्या माहितीनंतर आम्ही विचार केला की, पहणाईला परत जायचे कॅन्सल करून सरांबरोबर खाली अंजनेरी गावाकडे जाऊ, त्याप्रमाणे तिकडे निघालो.

उतार संपल्यावर मोठे तळे दिसले. तळ्यात खोल पाणी आहे. पण ते काहीसे गढुळलेले होते. या तळ्याजवळ वरच्या दिशेला एक गुंफा दिसते. अंजनेरीचे शिल्प व हनुमंताचे शिल्प, काही कोरीव लेणी व एक प्राचीन लेख, असे अवशेष तिथे पाहायला मिळाले.

या परिसरात एका उघड्या वास्तूमध्ये श्रीदत्त मंदिराचे अवशेष व रंग दिलेली श्रीरामाची मूर्ती कोपऱ्यात पाहायला मिळाली. पत्र्याची तुटकी शेडही आढळली. हा सारा परिसर छान वाटला. 'इथे असणाऱ्या पडक्या वाड्यामध्ये ब्रिटिश काळात कोर्ट भरायचे. कैद्यांवर या कोर्टात आरोप लावले जात. नंतर त्यांना शिक्षा जाहीर होई,' असे जोंधळे सरांनी सांगितले.

येथे काही वेळ थांबून पुढे निघालो. पुढे आणखी एक मंदिर दिसले. हे मंदिर भक्कम स्थितीत आहे. मंदिरात वाकून पाहिल्यावर दोन तरुण बसलेले दिसले. एकाने प्रेमाने आवाज दिला. 'या, या, आत या...' वाटले की ते कोणी पुजारी वगैरे असावेत. आत प्रवेश करण्यापूर्वी मी बूट काढू लागलो. दरम्यान आत नीट पाहिले, तर ते महाशय

गांजा ओढत होते! त्याचा उग्र वास बाहेर येत होता. पुन्हा ते म्हणू लागले, 'या, या हो आतमध्ये. कोणचे तुम्ही? कुठे गेला होतात?' थोडक्यात माहिती त्यांना दिल्यावर त्यांनी सांगितले, 'घ्या हो, जरा इथे दम मारा, मग जा...' न राहवून नाना त्यांना म्हणाला, 'नको नको, तुमचा हा दम आम्हाला भारी पडेल. मग आमचा दम निघून जाईल.'

त्यांचेशी जास्त न बोलता उतारच्या वाटेवर चालू लागलो. खाली बरीच माणसे, काही गावकरी लोक अधूनमधून वर येताना दिसले. ते चौकशी करत होते.

जोंधळे सरांशी बोलत आम्ही गावात आलो व सरांचा निरोप घेतला. सडकेवर नाशिकला जाणारी एक टॅक्सी मिळाली. मग द्वारका फाटा गाठला. नाशिक हायवेवर काही वेळाने मिळालेली एक जीप पकडून बरोबर सव्वापाचला शहापूरला आलो, अन् आमची ही ब्रह्मगिरी ते अंजनेरीची मनसोक्त भटकंती संपन्न केली!

या भटकंतीचे वैशिष्ट्य म्हणजे फक्त दोघांत मनमुराद गप्पा हाणत, कधी एकमेकांशी वाद घालत आणि वाटेत भेटलेल्या निर्मळ मनाच्या गावकऱ्यांच्या साथ-संगतीचा लाभ घेत दोघांनीही दुर्गआनंद अनुभवला!

· · ·

चला कोकणात

कोकणप्रेमींनो, सस्नेह नमस्कार, या वर्षी कोकणात २१ जुलैपासून पडणाऱ्या धुवांधार पावसामुळे कोकणातील नदी नाल्यांना पूर आले. पोलादपूर, महाड, खेड, रत्नागिरी, चिपळूण, संगमेश्वर, देवरुख, लांजे, राजापूर इत्यादी परिसरात, तसेच सिंधुदुर्ग, पालघर व ठाणे जिल्ह्यांसह सातारा, सांगली, कोल्हापूर आणि इतर भागांत महापुराचे मोठे संकट कोसळले होते. या संकटात स्थानिक बांधवांची आणि त्यांचे घरदार, तसेच गुराढोरांची खूप वाताहात झाली. शेत जमिनींचीसुद्धा मोठी हानी झाली.

या सर्व घटनांची वृत्तांकने विविध माध्यमांमार्फत तुम्ही ऐकली असतील, पाहिली असतील. हे तसेच एक वृत्तांकन आहे. त्यापूर्वी चिपळूणचा हा अल्परिचय :

निसर्गसुंदर अशा कोकणात प्रवेश केल्यावर मुंबई-गोवा महामार्गावरील खेड एमआयडीसी नंतर श्रीपरशुराम घाट सुरू होतो. या घाटातून खाली उतरताना उजवीकडे विस्तीर्ण पसरलेला चिपळूण परिसर दिसू लागतो. वाशिष्ठी या बारमाही वाहणाऱ्या नदीचे मोठे पात्र दिसते.

सातारा-कराडमधून कोकणात प्रवेश करणारी कोयना नदी कुंभार्ली घाटात थांबते. इथे कोयना धरण आहे. तिच्याच जल संपदेवर मोठा जलविद्युत प्रकल्प उभा राहिला आहे. येथून निर्माण होणारी वीज कोकणासह इतर जिल्ह्यांची गरज भागविते.

कोयना, वाशिष्ठी या दोन नद्या आणि शहरातून वाहणारी छोटी शिवनदी यांच्या बेचक्यात, काहीशा सखल भागात चिपळूण वसलेले आहे. हे शहर उद्योग, व्यवसायासाठी तालुक्यात प्रसिद्ध आहे. चिपळूणला कोर्ट आहे, पोस्टाची इमारत आहे, तहसिलदार व प्रांताधिकारी अशा सरकारी अधिकाऱ्यांची मोठी कार्यालये आहेत. व्यापारी, सहकारी

बँका, तसेच पतपेढ्याही आहेत. मोठी हॉस्पिटल्स आहेत. होलसेल-किरकोळ वस्तुमालाची मोठी पेठ आहे. मोठमोठ्या सुवर्णकारांची आलिशान दुकाने आहेत. चांगली हॉटेल्स आहेत. याशिवाय पर्यटकांना भुलविणारी विविध प्राचीन, अर्वाचीन स्थळेही आहेत. विंध्यवासिनी, श्रीपरशुराम, श्रीगांधारेश्वर, ग्रामदैवत कालभैरव, यांची प्राचीन देवालये आहेत. सांस्कृतिक कार्यक्रमांचा लाभ घेण्यासाठी सांस्कृतिक केंद्र आणि हॉलदेखील आहे. नगर वाचनालयाची मोठी इमारत आहे.

असे हे महत्त्वाचे व तालुक्याचे उत्साही शहर पुराच्या पाण्याने दोन दिवस वेढले गेले होते. हा जलप्रलय गरीब-श्रीमंतांना आयुष्यभराचा धडा देणारा ठरला. नगर परिषद व हॉस्पिटलची इमारत, निवासी घरे, इमारती, दुकाने, शॉपिंग सेंटर्स, खासगी हॉस्पिटल्स, दवाखाने, सायबर कॅफे, सलून, भाजी मार्केट, मासळीबाजार, सराफ-ज्वेलर्स यांची दुकाने हे सारेच पाण्याखाली गेले होते. छोट्या टपऱ्या-स्टॉल्स यांची तर दैना झाली. शहरातील बहुतांश देवळे पुराच्या पाण्यात बुडाली होती.

चिपळूणच्या बाजारपेठेला पुराच्या पाण्याचा पूर्वीपासून अनुभव आहे, त्यामुळे दरवेळी पावसाळ्यापूर्वी बाजारपेठेतील बहुतेक छोटेमोठे व्यवसायिक पुरेशी खबरदारी घेऊन आपले किमती सामान-वस्तू सुरक्षित जागी ठेवतात. पण या वेळी त्यांचा सगळा अंदाज चुकला. या वेळचा प्रलयच महाभयंकर होता. सगळ्या चीजवस्तू पाण्यात भिजून मातीमोल झाल्या. भल्याभल्यांची वाताहात झाली. या शहरालगत वसलेल्या नदीकाठच्या वस्त्यांमध्येसुद्धा पुरामुळे मोठी हानी झाली. यातून गोठ्यांतील गाई-गुरे आणि प्राणी सुटले नाहीत.

सरकारी यंत्रणा अजूनही सर्व प्रकारच्या हानी, नुकसानीचा निश्चित अंदाज घेण्याचे काम जागोजागी फिरून करत आहेत. कित्येक समाजसेवी संस्था, राजकीय पक्ष, दानशूर व्यक्ती-उद्योगपती व कंपन्या सुरुवातीपासून या भागास भेट देऊन जमेल तसे सक्रिय राहून आपत्तीग्रस्तांना साहाय्य करत आहेत.

वृत्तपत्रे, सोशल मीडिया व विविध प्रसारमाध्यमे पूर्ण रत्नागिरी, सिंधुदुर्ग व रायगड जिल्ह्यांसह, कोल्हापूर, सातारा-कराड, तसेच पोलादपूर, खेड, महाड भागातल्या हानीग्रस्तांचे परिसराचे वार्तांकन सुरुवातीपासून करत आहेत. त्यामुळे मदतीचा मार्ग सुलभ झाला आहे.

चिपळूण माझे जन्मगाव. आमचे वडिलोपार्जित घर तिथे आहे. सण, उत्सव आणि काही कामांनिमित्ताने दर महिना-दोन महिन्यांनी तिकडे फेरी होते. चिपळूणमध्ये आलेल्या जलप्रलयानंतर गावी जाणे मला आवश्यक होते, कारण ज्या ठिकाणी आमचे घर वसले आहे, तो शहर गावठाणाचा भाग पाण्याने वेढला गेला होता.

गावी गेल्यानंतर आमच्या घरातली व बाहेरची परिस्थिती, जी मी आठवडाभराच्या कालावधीत पाहिली आणि अनुभवली, तिचे माझ्या सामान्य नजरेतून केलेले चित्रण तुमच्या पुढे ठेवले आहे...

चिपळूण : जलप्रलयानंतर

मला तातडीने गावी येण्यासाठी तेथील शेजारी व एका नातेवाईकाने आठ-दहा दिवसानंतर फोन केला व 'तुमच्या घरी पुराचे पाणी शिरले होते. तुमच्या घरात चिखल नक्की असणार, तेव्हा तुम्ही हयगय न करता इकडे निघून या आणि घर-आवार साफ करून घ्या...,' असे सांगितले.

मी तिकडे जाण्याच्या तयारीत होतो. पण रेल्वे, तसेच बस किंवा एसटीचे मार्ग बंद झाले होते. वीज आणि मोबाईल सेवा विस्कळीत होऊन गेली होती. रस्त्यात सर्वत्र चिखल पडल्याने त्या भागात चालणे-फिरणे अवघड असल्याच्या बातम्या वाचून-पाहून मनी अस्वस्थता आली. मात्र, आमचे घर तर बंद असते. मग त्यात पुराचे पाणी कसे जाईल? असा प्रश्न मनात येऊन आलेली अस्वस्थता मी कमी करत होतो.

परिस्थितीत थोडी सुधारणा झाल्यावर मी पत्नीसह गावी निघालो. सोबत बरेच जरुरीचे सामान घेतले होते, कारण, 'गावी येताना चिखल काढायला उपयोगी पडेल अशी झाडू, जुन्या कापडाच्या चिंध्या, खाण्याचे सामान, मेणबत्ती, माचीस, पिण्याचे पाणी, पायाचे क्रीम, फिनेल, औषधे अशा वस्तू तुम्ही बरोबर आणा, नाहीतर तुमची मोठी पंचाईत होईल' अशा स्पष्ट सूचना मला शेजाऱ्यांनी फोनवर दिल्या होत्या.

रेल्वेने आम्ही चिपळूण गाठले. स्टेशनपासून चालत सडकेने वीस-पंचवीस मिनिटांचा हा प्रवास आहे. रेल्वे स्टेशनच्या पश्चिमेला बाहेर पडल्यावर श्रीगांधारेश्वर मंदिर समोर नदीकाठावर दिसते. मोठा पूल चालून पलीकडे गेल्यावर शंकरवाडी, भोईवाडा, मुरादपूरचा भाग सुरू होतो. त्यानंतर दादर मोहल्ला, पवार आळी, वाणी आळी लागते. आमचे घर जिथे आहे, त्या आळीत बहुतेक घरे व्यापारी कुटुंबांची आहेत.

या वेळी जास्त सामान असल्याने रिक्षाने घरी निघालो. पुराच्या निघून गेलेल्या पाण्याची निशाणी वाटोवाट दिसत होती. रस्ते मोकळे झाले असले, तरी त्यावरील लाल चिखल बाजूच्या गटारात काही ठिकाणी तसाच होता. मध्येच चिखलाचे ढीग पाहिले. या ढिगात कपडे, कागद व छोट्यामोठ्या खराब अवस्थेतील चीजवस्तू आढळल्या.

आमचे घर रस्त्यालगत आहे. या घरात प्रवेश करण्यासाठी असलेल्या पाचसहा गोलाकार पायऱ्या लाल मातीच्या चिखलाने भरून गेल्या होत्या. खाली जाड चिखल पसरला होता. दारात जाण्यापूर्वी हाती मिळालेले जाड दगड-तुकडे पायाखाली टाकले आणि मग दरवाजापाशी आम्ही पोहोचलो. जोर लावून दरवाजा उघडला.

आतील पाणी ओसरले होते, तरी दलदलीत पसरलेला लाल चिखल घरभर दिसत होता. घरातील भिंतींवर जवळपास पावणेचार फुट उंच पुराच्या पाण्याची लाल रेषा स्पष्ट दिसत होती. दोन मोठे जड ड्रम्स त्यातील सामानासह आडवे पडले होते. मोठ्या गाद्या, काही अंथरूणे व सामान त्यात ठेवले होते. ते सगळे भिजून लाल होऊन खराब झाले होते. दोन लोखंडी खाटांवरील सामान खाली पडले होते.

माजघरात जाण्याकरिता दरवाजा उघडल्यावर अशीच स्थिती दिसली. पुजेचे चौरंग, पूजा सामग्री, लाकडी पाट, दोन स्टोव्ह, लाकडी पेट्या, भरलेल्या कळश्या-हंडे, काही भांडी या सगळ्या वस्तू ओल्या चिखलात माखून कुठल्या कुठे जाऊन अस्ताव्यस्त पडलेल्या होत्या!

स्वयंपाक घराचा छोटा ओटा आहे. त्यावरील बऱ्याच वस्तू व गॅसची शेगडी रेग्युलेटरसह भिजून गेली होती. भरलेला गॅस सिलेंडर तर आडवा झाला होता. असे खूप छोटेमोठे सामान भिजून खराब झालेले पाहिले व दोघेही अस्वस्थ झालो. काय करावे ते सुचेना! या ओल्या चिखलात वावरताना घसरायचीही भीती होती. आम्ही बरोबर आणलेले सामान एका लोखंडी खाटेवर कसेबसे ठेवले आणि आत-बाहेर करत विमनस्क अवस्थेत फेऱ्या मारीत राहिलो.

काही वेळाने आजूबाजूचे शेजारी यायला लागले. त्यांनी सगळी परिस्थिती पाहिली. नंतर आम्हाला म्हणाले, 'तुम्ही आधी सगळ्या खराब झालेल्या वस्तू बाहेर काढा. दारात रोज नगर परिषदेची कचरा गाडी येते. त्यात त्या वस्तू टाका. सगळे घर मोकळे केलेत, की हा चिखल तुम्हाला बाहेर काढता येईल. आम्ही पण अगोदर तसेच केले आहे.' आम्हाला त्यांच्या बोलण्यामुळे दिलासा मिळाला.

'तुम्ही आताच प्रवासातून आलात ना? थोडी विश्रांती घ्या. चहा पाठवतो तुम्हाला. मग सावकाशीने सफाईचे काम करा. त्यासाठी वेगळी झाडू लागेल. घमेले व फावडे लागेल. ते नसेल तुमच्याकडे तर देऊ आम्ही तुम्हाला.' आम्हाला आणखी धीर आला.

खरे तर काही दिवसांपूर्वी ही माणसे पुराच्या पाण्यात अडकली होती. त्यांच्या उघड्या घरात बारा-चौदा फूट पाणी शिरले होते. चिखलाने त्यांची घरे भरली होती. तेव्हा काय अवस्था झाली असेल त्यांची? कसा चिखल काढला असेल त्यांनी? आज तीच माणसे आम्हाला धीर देत होती. त्यांचे सगळे ऐकले व त्यांच्याकडून सफाईसाठी काही सामानही घेतले.

घरात चालण्याइतपत वाटेतील चिखल बाजूला करत आम्ही खराब वस्तू बाहेर काढून आणल्या. काही भिजून जड झाल्या होत्या. त्या दोघांनी धरून कशाबशा बाहेर असलेल्या मोकळ्या जागेत ठेवल्या. नंतर आमची सफाईकामे सुरू झाली. खूपदा घसरायची वेळ आली, तरी दमछाक होईपर्यंत साफसफाई केली.

अधूनमधून काही जण पाहायला येत होते. एका कुटुंबाने आमची अवस्था पाहून म्हटले, 'अशा पद्धतीने तुम्हाला घरातला चिखल नाही काढता येणार, आम्हालाही हे जमले नाही. तुमच्यासाठी कोणी कामगार-मजूर मिळतात का ते बघतो आम्ही. त्यांचा दिवसभराचा काही चार्ज असेल तो द्या व सगळी सफाई करून घ्या, मात्र त्यांना पाणी भरपूर लागणार साफसफाई करताना. त्यासाठी नळाचे पाणी आज भरून ठेवा तुम्ही.' आम्ही त्यावर लगेच तयार झालो.

दुसऱ्या दिवशी त्यांनी पाठवलेली दोन माणसे आली. त्यांनी त्यांच्या पद्धतीने काम सुरू केले. घरातील चिखल पाण्याने पातळ करून त्यांनी व्यवस्थितपणे बाहेर काढला. हे काम पूर्ण व्हायला दोन दिवस लागले.

तिसऱ्या दिवशी त्यांनी आवारातील पुढच्या बाजूचा चिखल काढून एका बाजूला खड्ड्यात ढकलला व लेव्हल करून ठेवला. घराच्या पाठीकडे परसावन आहे. तिथे झाडाझुडपात सर्वत्र चिखल पसरलेला होता, त्या ठिकाणी जाणेही अवघड होते. तो भाग साफ करायला घेतला, तेव्हा पावसाची संततधार पडू लागली. त्यात काम करणे कठीण झाले. अखेर ती कामे कामगारांनी तशीच ठेवली आणि ते निघून गेले.

ही माणसे पुन्हा लवकर उपलब्ध होणारी नव्हती. त्यामुळे पाठचा भाग नंतर साफ करू असे ठरवून आम्ही आवरते घेतले व मोकळे झालेले घर पुन्हा पाणी टाकून जमेल तसे साफ केले.

या साऱ्या धावपळीत आपली तब्येत सांभाळायची होती. कारण साथीचा प्रसार आणि कोविड आजाराचा धोका यातून स्वतःला सुरक्षित ठेवायचे असल्याने फार दक्षतेने वावरत होतो.

जेवणाचा डबा जवळच्या स्नेह्यांकडून काही दिवस मिळाला. तीन दिवस बाहेरून चहा आणावा लागला. दरम्यान, गॅसची शेगडी, रेग्युलेटर, सिलेंडर दुरुस्त करून व चेक करून घेतले, त्यानंतर घरातला गॅस सुरू झाला.

उसंत मिळाल्यावर आम्ही बाहेर पडलो. परिचित शेजारी व नातेवाईकांची विचारपूस करत बाजारात फेरफटकाही मारला. पावसाळी दिवस असल्याने जास्त फिरता येत नव्हते. तरीही बाजारात फिरून प्रत्यक्ष परिस्थिती पाहू लागलो.

शहरातील मध्यवर्ती एसटी बसस्थानक सुरू झाले होते, पण मोजक्या बसेस त्याही जवळच्या रूटच्या बससेवा सुरू असलेल्या पाहिल्या. मुंबईकडे जाणाऱ्या बसेस अजून सुरू झालेल्या नव्हत्या.

बाजारातील बरीच दुकाने पूर्णपणे बंद होती. अगदी तुरळक दुकाने अर्धवट अवस्थेत उघडलेली होती. काही ठिकाणी दुरुस्तीची कामे चालली होती. काही दुकानदारांनी आपल्या भिजलेल्या मालाचा ढीग करून तो विकायला ठेवला होता! त्यात चपला, बूट,

तयार कपडे, ड्रेसेस, बॅग्स अशा कितीतरी वस्तू होत्या. लोकही उत्साहात ढिगातल्या वस्तू निरखत विकत घेत होते.

गावी असताना जवळच्या एका स्नेही शेजाऱ्याकडे गेलो. त्याची हकिकत सांगायला हवी. हा कुटुंबप्रमुख आहे साठीकडे झुकलेला. त्याची तब्येत ठणठणीत असली, तरी आतून तो खचलेला दिसला. सरकारला व नेत्यांना शिव्या घालत आपली चीड तो आमच्यासमोर व्यक्त करत होता.

तो स्वतः वायरमन आहे. मिळणारी कामे करत व छोटेसे इलेक्ट्रिक सामानाचे दुकान चालवीत तो संसाराचा गाडा हाकीत आहे. त्याने विकायला आणलेले वीस सीलिंग फॅन्स खोक्यासह भिजलेत. ते आता कसे खपणार, याची त्याला चिंता आहे.

दुकानात विक्रीसाठी ठेवलेले त्याचे इलेक्ट्रिक सामान भिजले होते. त्याचे खोके घरी आणल्यावर प्रत्येक वस्तूचा खोका त्याने काढून टाकला व उघड्या वस्तू एका बाजूस काढून ठेवल्या. त्या वस्तू तो उन्हात सुकवणार व नंतर त्याची विक्री करणार आहे, असे म्हणाला. घरात रोजच्या वापरातील बहुतेक कपडे चिखलात भिजून खराब झाले, ते याने टाकून दिले; पण काही कपडे व अंथरुणे त्याने जवळच्या नदीवर जाऊन मुलाच्या मदतीने चांगली धुवून काढायला सुरुवात केली. नंतर तिकडेच उन्हात वाळवायला तो रोज जा-ये करत होता. त्याच्याकडील वायर-केबल बंडलांचेदेखील भिजून नुकसान झालेले आहे. घरी पत्नी, नववीत शिकणारा मुलगा आणि तो स्वतः असे तिघांचे हे कुटुंब आर्थिक विवंचनेत असले तरी त्याची अभिमानी वृत्ती जागी आहे.

''अहो, काय सांगू तुम्हाला, किती जण धान्य, कडधान्य द्यायला येऊन गेले इथे. चहा पावडर, साखरही वाटायला आली होती माणसे. किती सामान घेऊन ठेवणार या घरात? घर अजून नीट साफ झालेले नाही, मग जास्तीचे सामान खराब होणार नाही का? म्हणून आम्ही ते घेतले नाही. काही लोक मात्र मिळेल ते घेतात हो, नाही म्हणत नाहीत कशाला!'' शेजाऱ्याने दिलेली ही माहिती मी गप्प राहून ऐकत होतो.

माझ्या निकटच्या एका नातेवाईकाचे बाजारात दुकान आहे. पुराचे पाणी त्यांच्या दुकानातील माळ्यापर्यंत भिडले होते. दुकानात ठेवलेले त्यांचे विक्रीचे सारे पूजासामान भिजून खराब झाल्यामुळे टाकावे लागले. उदबत्त्या, धूप, कापूर, वातीचा कापूस, पत्रावळ्या, कापसाची वस्त्रे व वाती यांशिवाय आणखी खूप सामान वाया गेले. त्यांच्या राहत्या घरात शिरलेले पाणी माळ्यापर्यंत पोहोचले होते. आता साफसफाई होऊन घर राहाण्यासारखे झाले.

या परिसरात समाजसेवी संस्था व सरकारकडून मदत मिळाली आहे व मिळतही आहे. काही स्वयंसेवकांनी घरातील सफाईच्या कामात मदतही केली. या कुटुंबाने त्यांना देऊ केलेली मदत परत पाठवल्याचे मला सांगितले. काही लोकांच्या लोभीपणाबद्दल

त्यांनी नाराजीदेखील व्यक्त केली. 'हे लोभी लोक काय करणार एवढ्या सामानाचे,' असा त्या कुटुंबाचाही सवाल आहे.

त्यांना लग्नाच्या वयाची खासगी नोकरीत असलेली एक मुलगी व हल्लीच नोकरी लागलेला मुलगा आहे. मोठ्या मुलीचे लग्न झाले. स्वभावाने मानी असणाऱ्या या कुटुंबाची आर्थिक घडी सध्या काहीशी विस्कळीत झाल्याने त्यांचे कुटुंब उदास आहे. लवकरच येणाऱ्या गौरी-गणपती सणासाठी दुकानात लागणारा माल मी कसा काय आणू, आणि उधारीवर आम्हाला माल तरी कोण देणार, या विवंचनेत ते कुटुंब आहे.

आमच्या आळीतील बहुतेक चारचाकी-दुचाकी वाहने भिजून बंद पडली आहेत. गॅरेज मेकॅनिक्स ठिकठिकाणी येऊन ती दुरुस्त करत आहेत. पाण्यासाठी घराबाहेर लावलेल्या इलेक्ट्रिक मोटारी व पाण्याच्या टाक्या खराब झाल्या आहेत. त्यांची दुरुस्ती सुरू आहे. कित्येकांच्या घरातले फ्रीज, टीव्ही, वॉशिंग मशिन्स, एसी बंद पडले आहेत. सुदैवाने काही संस्था-कॉलेजचे तरुण तंत्रज्ञ घराघरांत चौकशी करून मोफत दुरुस्ती व सफाईसेवा करत आहेत.

आमच्या घराच्या आवारातील बरीच सफाई बाकी राहिली होती. ते किचकट काम करायला लागणारी माणसे लगेच मिळणार नाहीत. शिवाय, इथे रोगराई पसरण्याचा धोका आहे. नंतर कुठल्या अडचणी वाढायला नकोत, म्हणून आम्ही इथली आवराआवर करून मुंबईत परतायचे ठरवले.

परतण्यापूर्वी आमचे शेजारी स्नेही व निकटच्या नातेवाईकांकडे भेटायला गेलो व यथाशक्ती काही रक्कम आग्रह करून हाती दिली. दोघांनाही ते अवघड वाटल्याचे आम्हाला जाणवले. पण खूप समजावल्यावर त्यांनी ती स्वीकारली.

या ठिकाणी मी दोन परिचित ग्रामस्थांची स्थिती व मानसिकता तुम्हाला माहितीदाखल सांगितली आहे. आणखी तीन उदाहरणे मला इथे सांगावीशी वाटतात :

पहिले – आमच्या आळीतील एका कुटुंबाने मला सांगून ठेवले होते की, 'गॅस शेगडी वाटप अजूनही सुरू आहे. तुमच्या घरी नवीन शेगडी द्यायला येतील ती घ्या. नाही म्हणू नका.' किरकोळ दुरुस्ती करून आमची शेगडी व्यवस्थित झाल्याचे मी त्यांना सांगितल्यावर त्या कुटुंबाने, 'असू देत ती शेगडी. आता नवीन मिळेल ती घ्या तुम्ही.' असे सांगून त्यासाठी स्वतःहून पाठपुरावा सुरू केला. सुदैवाने आम्ही त्या आधीच गावाहून परत निघालो होतो.

दुसरे - परतीच्या वाटेवर स्टेशनकडे जात असताना एका चौरस्त्यावर लोकांची रांग लागलेली आम्हाला दिसली. उत्साहात सगळे स्थानिक (लहान मुले, मुली आणि वयोवृद्धांसह) रांगेत उभे होते. जवळच एका संस्थेचा टेम्पो उभा होता. रांगेतल्या प्रत्येकाला प्लॅस्टिकची एक चटई मिळणार होती. त्या गर्दीतून पुढे जाता येत नव्हते,

म्हणून थोडा वेळ तिथे थांबलो. त्या वेळी सहज म्हणून टेम्पोमध्ये नजर टाकली व पाहिले. आत प्लॅस्टिक चटयांचा मोठा ढीग होता! या मदतफेरीचे नियोजन करण्यात मग्न असलेल्या कार्यकर्त्यांपैकी एक स्थानिक कार्यकर्ता रांगेतील काही जणांना बाहेर जायला सांगत होता! तो म्हणत होता, 'तुमच्या घरून तीनतीन, चारचार जणांनी चटया नेल्या. अजून किती चटया नेताय तुम्ही? बाहेर या तुम्ही रांगेतून...' रांगेतून बाहेर आलेली काही ग्रामस्थ मंडळी हसतमुखाने पुन्हा रांगेत जायची संधी शोधत होती!

आणि तिसरे उदाहरण आहे आमच्या घरातील सरकारी पंचनाम्याचे. गोवा हायवेवर असणाऱ्या तहसील ऑफिसमध्ये जाऊन पंचनाम्यासाठी नोंदणी करून आलो होतो. त्यानंतर दोन दिवसांनी, तेही फोनाफोनी केल्यानंतर तलाठी साहेब घरी आले. पंचनाम्याचे पेपर्स घेऊन त्यांनी घरात पाऊल ठेवल्यावर क्षणभर घराची ओझरती पाहणी केली आणि 'काय काय होते घरात सामान ते सांगा बघू लगेच' असा पहिला प्रश्न त्यांनी विचारला.

मी त्यांना माहिती द्यायला सुरुवात केली. त्याच वेळी त्यांना कुठल्या तरी वरिष्ठ साहेबांचा फोन आला. तलाठी लगेच बाहेर पडले. एकीकडे साहेबांशी बोलताना त्यांनी मला त्यांच्या दुचाकीजवळ बोलावून घेतले व पंचनाम्याच्या फॉर्मवर माझी सही घेतली. नंतर दोन साक्षीदार बोलवायला सांगितले. त्या साक्षीदारांची सही झाल्यावर माझ्या बँक खात्याची माहिती लिहून घेतली. मग आपल्या दुचाकीवर बसून परत निघाले! फोनवरचे त्यांचे बोलणे सुरूच होते.

मी त्यांना आग्रहाने थांबवून विचारले, ''साहेब झाले का सगळे? पंचनामा झाला?''

त्यावर ते म्हणाले, ''हो, हो, झाला तुमचा पंचनामा. बाकी फॉर्म मी भरतो...''

मी त्यांना लगेच विचारले, ''साहेब, तुमच्या ऑफिसला मला कधी यावे लागेल?''

''नको, नको, झाले तुमचे काम, आता याचे व्हेरिफिकेशन होईल...''

एवढेच उत्तर देऊन तलाठी साहेब दुचाकीवरून निघूनही गेले!

आठवडाभराच्या आमच्या वास्तव्यात अनुभवलेली परिस्थिती तुमच्यापुढे मांडताना मला हे स्पष्ट करायचे आहे की, कुठल्याही नैसर्गिक किंवा आकस्मिक आपत्तीमध्ये झालेले नुकसान व हानी पूर्णपणे भरून येणार नाही ही बाब सत्य आहे. तरीही प्रत्येक आपत्तीनंतर उत्स्फूर्तपणे मदतीला धावणारी सरकारी यंत्रणा, स्थानिक प्रशासन, आपत्ती निवारण कक्ष, पुनर्वसन विभाग, वैद्यकीय सेवा विभाग, त्याचप्रमाणे स्वयंसेवी वृत्तीने काम करणाऱ्या सामाजिक संस्था व त्यांचे स्वयंसेवक, राजकारणी नेते व त्यांचे कार्यकर्ते, या सगळ्यांमध्ये योग्य समन्वय असणे खूप महत्त्वाचे वाटते.

दुःखी पीडित बांधवांना प्राधान्याने काय हवेय, त्यांना नंतर कोणते साहाय्य लागेल, ते सावरल्यावर त्यांना नीटपणे उभे करण्यासाठी कोणती मदत अपेक्षित आहे,

याचा अभ्यास अनुभवी तसेच दक्ष अशा मान्यवरांची एकत्रित समिती स्थापून व्हावा. त्या समितीने पूर्ण अभ्यासांती कृती आराखडा तयार करावा. त्यानंतर त्याची तत्काळ अंमलबजावणी व्हावी, जेणेकरून सर्व मदत व साहाय्य कारणी लागेल. असे घडल्यास दिवसरात्र धावपळ करणाऱ्या सर्वच सेवायंत्रणांचे परिश्रम सार्थकी लागतील.

चिपळूणचा जलप्रलय गरीब, श्रीमंत असा भेदभाव न करता सर्वांनाच आयुष्यभराचा धडा देऊन गेलाय. पण देव करो अन् अशी नैसर्गिक आपत्ती, असे संकट पुन्हा कोकण भूमीतच नव्हे, तर जगात कुठेही आणि कधीही न येवो.

• • •

लेखक परिचय

मंगेश चौधरी

६९/बी/८, गिरिराज नागरी निवारा सह. गृहनिर्माण संस्था,

नानिप संकुल-२, जनरल अरुणकुमार वैद्य मार्ग,

गोरेगाव (पूर्व), मुंबई ४०० ०६५

भ्रमणध्वनी : ७५८८७२७५२२

Email: mangeshchoudhary22@gmail.com

शिक्षण

- बी.ए. (मुंबई विद्यापीठ), रुईया कॉलेज, माटुंगा-मुंबई
- सेवानिवृत्त.

इतर माहिती

- एच.एम.आय. दार्जिलिंग (W.B.) या सुप्रसिद्ध गिर्यारोहण प्रशिक्षण संस्थेतून बेसिक माउंटेनिअरिंग कोर्स (१९८६)
- यंग झिंगारो ट्रेकर्स, साद माउंटेनिअर्स, हिमालयन क्लब, वाय. एच.ए.आय. (इंडिया) या गिर्यारोहण संस्थांतून कार्यरत
- वाय.एच.आय. (N.H.T.P.)-गोवा, सरहान सांगला (H.P.), सार पास (H.P.), अंदमान या संस्थांमध्ये कॅम्पलीडर म्हणून सेवा
- हिमालयीन शिखर मोहीम व पदभ्रमण सहभाग व जबाबदारी
  - रुदुगैरा हिमशिखर मोहीम-आरोहण, उपनेता (१९८८)
  - थेनू कोटेश्वर हिमशिखर मोहीमेच्या शेवटच्या टप्प्यात खराब हवामानामुळे आरोहण करता आले नाही.
  - सह्याद्रीच्या परिसरात दुर्ग भटकंती व कातळकडे आरोहणाचे अनुभव
  - साद माऊंटेनिअर्स या संस्थेच्या वार्षिक निसर्ग-साहस शिबिराचे आयोजन व इतर कामात कार्यरत
  - १९९८मधील एव्हरेस्ट मोहिमेत सपोर्ट टीममध्ये कार्यकर्ता म्हणून सहभागी

इतर छंद

- प्रभात चित्र मंडळ, मुंबई या जाणत्या संस्थेचा सभासद. चांगले चित्रपट पाहाणे व त्यावर लिहिणे होते.

- लिखाणाची आवड. दैनिक, साप्ताहिक, मासिक व दिवाळी अंकांत लेखन प्रसिद्ध होते. मुंबई आकाशवाणीवर तीन वेळा लेख सादर करण्याची संधी

- २०१८पासून दरमहा मराठीमधून विविध विषयांवर ब्लॉग माध्यमातून चारुदत्त या नावाने लेखन